文字・語い・文法まとめドリル

新にほんご500問

松本紀子・佐々木仁子

ask
PUBLISHING

はじめに

Preface / Lời nói đầu

この本は

- 日本語能力試験 N3 を受験するレベルの人のための本です。
- 1日20分、4週間で勉強できます。
- 文字・語彙・文法の各分野をバランスよく学習することで、総合力がアップできます。
- 苦手な分野だけ、集中的に勉強することもできます。

日本語に「習うより慣れろ」ということばがあります。どんどん問題を解いて、日本語の力をつけましょう。

2015年5月

松本紀子・佐々木仁子

This book:

- is for students planning to take the Japanese Language Proficiency Test level N3.
- takes 20 minutes a day for four weeks to finish.
- can help you improve your Japanese language skills in all areas, including writing, vocabulary, and grammar.
- enables you to focus on studying just your weakest areas .

As one Japanese saying goes, "getting used to something is more important than learning it", so please strive to improve your Japanese by practicing the many exercises in this book.

May, 2015

Noriko Matsumoto / Hitoko Sasaki

Cuốn sách này là:

- Sách dành cho người có trình độ dự thi kỳ Thi năng lực tiếng Nhật (N3)
- Bạn có thể học 20 phút mỗi ngày trong vòng 4 tuần.
- Trình độ tổng hợp của bạn sẽ được nâng lên thông qua việc học chữ, từ vựng, ngữ pháp một cách cân đối.
- Bạn cũng có thể chỉ tập trung vào học phần nào mà mình cảm thấy vẫn còn yếu.

Trong tiếng Nhật có câu "Quen tay hơn học". Bạn hãy làm hết các bài tập để bồi đắp cho năng lực tiếng Nhật của mình.

Tháng 5 năm 2015

Noriko Matsumoto / Hitoko Sasaki

目次

Contents / Mục lục

この本の使い方

How to use this book / Cách sử dụng cuốn sách

◆ 1ページは3つの段に分かれています。いちばん上の段は文字、真ん中の段は語彙、いちばん下の段は文法の問題です。

Each page is divided into three sections. The top section is for learning letters, the middle section is for learning vocabulary, and the bottom section is for learning grammar.

Mỗi một trang được chia làm 3 phần. Phần trên cùng là chữ viết, phần giữa là từ vựng, phần dưới cùng là bài tập ngữ pháp.

◆ 総合力をつけるには、問題番号の順に解いていくといいでしょう。1日5ページ、15問（3問 × 5ページ）ずつ問題を解きます。1日目から6日目までで、文字30問、語彙30問、文法30問、計90問あります。7日目は、文字12問、語彙12問、文法11問、計35問あります。1週が 終わったら、各週の最初のページに ある集計表に記入しましょう。

We recommend that you go through the questions in the book in numeric order to help gauge your overall progress. Try to do five pages (15 questions) a day. Over the course of the first six days, you should be able to complete 90 questions from all sections; 30 questions on writing, 30 questions on vocabulary, and 30 questions on grammar. On the seventh day, complete the 12 writing questions, 12 vocabulary questions, and 11 grammar questions. At the end of the week, please fill in the chart on the first page of that week.

Để tạo cho mình khả năng tiếng Nhật tổng hợp, tốt nhất bạn hãy làm lần lượt các bài tập theo đúng thứ tự.
Bạn sẽ làm mỗi ngày 5 trang với 15 câu hỏi bài tập (3 câu x 5 trang). Trong 6 ngày đầu bạn sẽ làm 30 câu về chữ viết, 30 câu về từ vựng, 30 câu về ngữ pháp, tổng cộng là 90 câu hỏi bài tập. Sang ngày thứ 7, bạn sẽ làm 12 câu về chữ viết, 11 câu về từ vựng, 11 câu về ngữ pháp, tổng cộng là 35 câu hỏi bài tập. Sau mỗi một tuần, bạn hãy ghi vào bản thống kê có ở trang đầu tiên của mỗi tuần.

記入例 Example / Ví dụ:

	1～6日目	7日目（ふくしゅう）
1回目	14 ／30問	9 ／12問
2回目	24 ／30問	11 ／12問
3回目	29 ／30問	12 ／12問

◆ 分野別に集中的に問題を解いていくのもいいでしょう。例えば、問題番号順ではなく、いちばん上の段（文字）ばかりを先に解き、次に真ん中の段（語彙）ばかりを解くという勉強の仕方もあります。自分の弱点を強化するような使い方をしてください。

You are free to study each section more intensively one at a time if you prefer. For example, you could tackle the top section (writing) first, ignoring the order, and then move to the middle section (vocabulary).
Please use this book to focus on your weak points.

Bạn có thể làm một loạt bài tập của từng phần. Ví dụ, bạn không làm theo số thứ tự bài tập mà chỉ làm phần trên cùng (chữ viết) trước, tiếp theo mới chuyển sang làm phần giữa (từ vựng) cũng được. Đấy cũng là một cách học.
Bạn hãy lựa chọn cách sử dụng sao cho khắc phục được những điểm còn yếu của bản thân.

◆ 答えと解説は問題の次のページにあります。

The answers and explanations are on the next page following the questions.
Câu trả lời và phần giải thích có ở trang tiếp theo của bài tập.

1日目 ~ 6日目

左ページ＝答え

◆ これは前のページの答えと解説です。

This is the answer and explanation for the previous page.

Đây là câu trả lời và phần giải thích của trang trước.

◆ 1行目に正解と問題文の訳があります。

The answer and translation are on the first line.

Đáp án và phần dịch ở dòng thứ nhất.

◆ 下に問題に関連した内容を紹介しています。

There are examples related to the questions below.

Có phần giới thiệu nội dung liên quan đến bài tập ở phía dưới.

こたえ

31 **4** これは夫がかいた港の絵です。
This is a picture of a harbor painted by my husband.
Đây là bức tranh về cảng do chồng tôi vẽ.

もじ

- 夫 フ：丈夫 healthy, solid / chắc khỏe, bền
  - 大丈夫 all right, no problem / ổn thỏa, không sao
  - フウ：夫婦 (married) couple / vợ chồng
  - おっと：夫
- 港 コウ：空港 airport /sân bay
  - みなと：港
- 絵 エ：絵

32 **2** では、また後ほどお電話いたします。
Well then, I'll call back later.
Vậy lát sau tôi xin phép gọi điện lại ạ.

ごい

- 後ほど (のちほど) later / lát sau
- 間もなく (まもなく) soon / chẳng bao lâu nữa, sắp sửa
- しばらく for a while / một lúc, một thời gian
- 先に (さきに) first, before / trước

33 **1** 疲れていても練習は休みません。
I won't miss practice, even if I'm tired.
Cho dù mệt mỏi tôi cũng không nghỉ buổi tập luyện nào.

ぶんぽう

~ても…／でも if ~, though ~ / đại từ nghi vấn

◆ 先生に聞いてもわからない。
◆ 明日、雨でも行きます。
＊疑問詞~ても／でも
◆ いくら運動をしてもやせない。

32

右ページ＝問題

もんだい　3日目　第1週

34 電車が事故でおくれました。

1 割れました
2 送れました
3 遅れました
4 別れました

もじ

12 □□□

35 昨日、運動しすぎて、体の ＿＿＿＿ が痛いです。

1 あのへん
2 どこでも
3 あちこち
4 どこか

ごい

12 □□□

36 準備運動を ＿＿＿＿ 泳ぐと危険です。

1 さずに
2 しずに
3 されずに
4 せずに

ぶんぽう

12 □□□

33

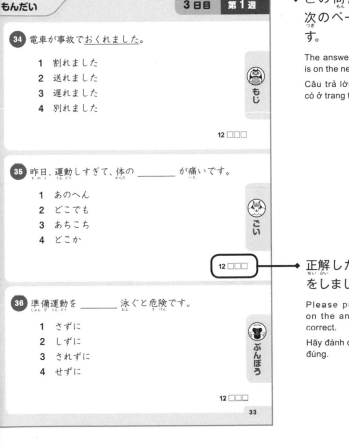

◆ この問題の答えは次のページにあります。

The answer for this question is on the next page.

Câu trả lời của bài tập này có ở trang tiếp theo.

正解したらチェックをしましょう。

Please put a checkmark on the answer if they are correct.

Hãy đánh dấu vào câu trả lời đúng.

7日目

◆ 7日目は1～6日目の復習です。

The seventh day is for reviewing what you did the first six days.
Ngày thứ 7 là phần ôn tập từ ngày đầu tiên đến ngày thứ 6.

◆ わからない ときは →xx の問題を見て確認しましょう。

When you do not understand something, please look at the →xx question and check it out.
Trường hợp không hiểu, hãy xem lại bài tập →xx để biết chính xác.

◆ 答えは次のページの下に書いてあります。

The answer is at the bottom of the next page.
Câu trả lời được ghi ở dưới trang tiếp theo.

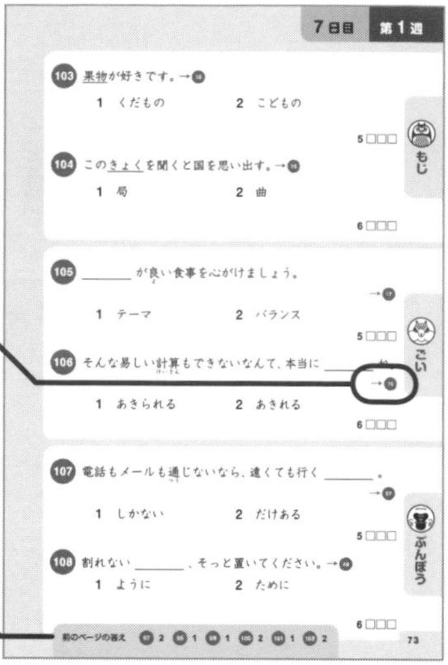
7日目 第1週

103 果物が好きです。
1 くだもの　2 こどもの
5□□□

104 このきょくを聞くと国を思い出す。
1 局　2 曲
6□□□

もじ

105 ＿＿＿が良い食事を心がけましょう。
1 テーマ　2 バランス
5□□□

106 そんな易しい計算もできないなんて、本当に＿＿＿。
1 あきられる　2 あきれる
6□□□

ごい

107 電話もメールも通じないなら、遠くても行く＿＿＿。
1 しかない　2 だけある
5□□□

108 割れない＿＿＿、そっと置いてください。
1 ように　2 ために
6□□□

ぶんぽう

前のページの答え 97 2 98 1 99 1 100 2 101 1 102 2

73

マークについて

OK 正解になるほかの表現を紹介しています。

This shows other possible answers.
Giới thiệu cách nói khác có thể là đáp án đúng.

⇔ 反対語を紹介しています。

This shows possible antonyms. ／ Giới thiệu từ trái nghĩa.

＝ ほぼ同じ意味の表現を紹介しています。

This shows phrases that have almost the same meaning.
Giới thiệu cách nói có nghĩa gần giống.

＊ 注意点や説明などを紹介しています。

This shows explanations and points to be careful of.
Giới thiệu những điểm cần chú ý, phần giải thích, v.v...

よくある間違いを示しています。
使わないように、注意してください。

This shows common mistakes. Please be careful not to make any of them.
Chỉ ra lỗi hay bị mắc phải. Hãy chú ý không sử dụng.

第1週

Week 1
Tuần thứ 1

- ６日目まで終わったら、正解の数を数えて記入しましょう。
- 正解の少ない分野があったら、もう一度やってから７日目に進みましょう。
- ７日目は復習です。終わったら正解の数を記入して、学習の効果を確認しましょう。

- At the end of the first six days, count the number of questions that were correct.
- If there is a section where you got only a few questions correct, please do it over before moving on to the seventh day.
- The seventh day is for reviewing. When you are finished, fill in the number of the correct answers to see how you have improved.

- Khi hoàn thành xong 6 ngày đầu tiên, hãy đếm và ghi lại số lượng các câu trả lời mà bạn đã làm đúng.
- Nếu có phần nào mà bạn ít trả lời đúng thì hãy làm lại chúng một lần nữa rồi mới chuyển sang phần của ngày thứ 7.
- Ngày thứ 7 là bài ôn tập. Khi làm xong, bạn hãy ghi số lượng các câu trả lời đúng để đánh giá lại kết quả học tập.

もじ

	１～６日目	７日目（ふくしゅう）
1回目	／30問	／12問
2回目	／30問	／12問
3回目	／30問	／12問

ごい

	１～６日目	７日目（ふくしゅう）
1回目	／30問	／12問
2回目	／30問	／12問
3回目	／30問	／12問

ぶんぽう

	１～６日目	７日目（ふくしゅう）
1回目	／30問	／11問
2回目	／30問	／11問
3回目	／30問	12問

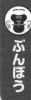

もじ

＿＿＿＿のことばをひらがなは漢字に、漢字はひらがなに直して、正しいものを選択肢から選びなさい。

Choose the correct word from the multiple options after converting the underlined *kanji* word into *hiragana* or the *hiragana* word into *kanji*.

Hãy chọn đáp án đúng sau khi chuyển các từ gạch chân từ chữ Hiragana sang chữ Hán hoặc ngược lại.

ごい

＿＿＿＿のところに何を入れますか。いちばんいいものを選択肢から一つ選びなさい。

What is the right word to fit in the underlined space? Choose the correct word out of the multiple options.

Điền gì vào chỗ trống cho phù hợp? Hãy chọn một đáp án đúng nhất.

ぶんぽう

＿＿＿＿のところに何を入れますか。いちばんいいものを選択肢から一つ選びなさい。

What is the right word to fit in the underlined space? Choose the correct word out of the multiple options.

Điền gì vào chỗ trống cho phù hợp? Hãy chọn một đáp án đúng nhất.

1 郵便局の近くに引っ越したので便利です。

1　ゆうびんきょく
2　ゆびんきょく
3　ようべんきょく
4　よべんきょく

もじ

1 □□□

2 荷物(にもつ)が届(とど)きましたが、それは私(わたし)が注文(ちゅうもん)したものと ＿＿＿＿ 。

1　ちがかったです
2　まちがったです
3　ちがっていました
4　まちがえていました

ごい

1 □□□

3 子供(こども)のころ、この公園(こうえん)で遊(あそ)んだ ＿＿＿＿ 。

1　ことか
2　ことだ
3　ものか
4　ものだ

ぶんぽう

1 □□□

こたえ

1 もじ

1 **郵便局**の近くに引っ越したので便利です。

It is convenient because I moved near the post office.
Tôi chuyển nhà đến gần bưu điện nên thuận tiện.

郵 **ユウ**：郵便局

局 **キョク**：薬局 pharmacy, drugstore / hiệu thuốc
テレビ局 TV station / đài truyền hình

越 **こ** (-す)：引っ越す

2 ごい

3 荷物が届きましたが、私が注文したものと**違っていました**。

The package arrived but it wasn't what I ordered.
Hàng đã tới nhưng nó khác với đồ tôi đã đặt mua.

《動詞》違う different, wrong / khác　**間違える** make a mistake / nhầm

◆ 答えが**違う**　◆ 答えを**間違える**

《名詞》違い difference / (sự) khác　**間違い** mistake / (sự) nhầm lẫn

＊形容詞ではない！

◆ 習慣の**違い**　◆ 漢字の**間違い**

3 ぶんぽう

4 子供のころ、この公園で遊んだ**ものだ**。

When I was a child, I used to play in this park.
Nhớ hồi bé, tôi hay chơi ở công viên này.

V たものだ　(＝よく V した)　＊思い出して言う

◆ 昔は、よく川で釣りを**したものだ**。

◆ 学生時代は、よく朝まで**飲んだものだ**。

4 初めまして。リンと<u>もうします</u>。

1 由します
2 曲します
3 申します
4 直します

2 □□□

もじ

5 夫(おっと)とは大学(だいがく)のとき ______ 、卒業後(そつぎょうご)すぐに結婚(けっこん)した。

1 出会(であ)って
2 出会(であ)いして
3 出会(であ)いで
4 出会(であ)いにして

2 □□□

ごい

6 ゲームを ______ ばかりいないで、自然(しぜん)に親(した)しんだらどうですか。

1 し
2 して
3 した
4 する

2 □□□

ぶんぽう

こたえ

もじ

4 **3** 初めまして。リンと**申します**。

My name is Lynn. Nice to meet you.
Tôi tên là Linh. Rất vui được gặp bạn!

初 **ショ**：最初 first / đầu tiên
はじ (-め /-めて)：初めに first / trước tiên・初めて first time / lần đầu tiên

申 **もう (-す)**：申す say ⟨humble form⟩ / nói ⟨khiêm tốn ngữ⟩

由 **ユウ**：理由 reason / lí do・自由 free / tự do

ごい

5 **1** 夫とは大学のとき**出会って**、卒業後すぐに結婚した。

OK 出会い

I met my husband in college, and married him soon after we graduated.
Tôi gặp nhà tôi hồi đại học, sau khi tốt nghiệp chúng tôi lấy nhau luôn.

《動詞》出会う meet / gặp

◆ 友人と**出会う**

《名詞》出会い encounter / cuộc gặp gỡ

◆ 友人との**出会い**

ぶんぽう

6 **2** ゲームを**して**ばかりいないで、自然に親しんだらどうですか。

Instead of playing games all day, why don't you go commune with nature?
Đừng toàn có chơi game mà hãy tiếp xúc gần gũi với thiên nhiên xem thế nào?

V てばかりいる （＝V だけをする）

◆ 食べ**てばかりいる**から、太るんですよ。

◆ 祖母は、寒いと寝**てばかりいる**。

7 財布が落ちていたので、交番に<u>届けた</u>。

1 つづけた
2 あずけた
3 とどけた
4 ほどけた

もじ

3 □□□

8 うそを ＿＿＿＿＿ はいけません。

1 ひいて
2 とって
3 うつして
4 ついて

ごい

3 □□□

9 ＿＿＿＿＿ ありがとう。

1 手伝(てつだ)って
2 手伝(てつだ)う
3 手伝(てつだ)ったのは
4 手伝(てつだ)ってくれて

ぶんぽう

3 □□□

7 もじ

3 財布(さいふ)が落(お)ちていたので、交番に**届(とど)けた**。

Someone had dropped their wallet so I took it to the police.
Thấy ví rơi nên tôi đã mang đến nộp đồn cảnh sát.

- 財　**サイ：** 財布(さいふ)
- 落　**お (-ちる /-とす)：** ～が落(お)ちる ・ ～を落(お)とす drop / làm rơi
- 届　**とど (-く /-ける)：** ～が届(とど)く arrive / tới, được chuyển tới ・ ～を届(とど)ける

8 ごい

4 うそを**ついて**はいけません。

You shouldn't lie.
Không được nói dối.

うそをつく　lie / nói dối

うつす
- ◆ 席(せき)を**移(うつ)す** change seats / chuyển chỗ
- ◆ ノートを**写(うつ)す** copy (someone's) notes / sao chép vở

9 ぶんぽう

4 **手伝(てつだ)ってくれて**ありがとう。

Thank you for helping me.
Cám ơn bạn đã giúp tôi!

V てくれてありがとう　thank you for ~ ing / Cám ơn (ai đó đã làm điều gì đó cho mình)

＊感謝(かんしゃ)を表(あらわ)すとき「くれて」を使(つか)う

- ◆ いい店(みせ)を**教(おし)えてくれてありがとう**。
- ◆ 日本語(にほんご)を**直(なお)してくれてありがとう**。

10 向こうの和室でお茶とおかしをいただきましょう。

1　お菓子
2　お果物
3　お果子
4　お菓物

4 □□□

11 これからそちらに ＿＿＿＿＿ から、3時(じ)までには着(つ)くと思(おも)います。

1　むかえます
2　とどきます
3　まにあいます
4　むかいます

4 □□□

12 A「ここは写真(しゃしん)を ＿＿＿＿＿ いけないんだよ。」
B「あ、そうなんだ。」

1　とっちゃ
2　とるんじゃ
3　とんじゃ
4　とっちゃって

4 □□□

10　もじ

1 向(む)こうの和室(わしつ)でお茶(ちゃ)と**お菓子(かし)**をいただきましょう。

Let's have tea and sweets at the Japanese-style room over there.
Nào chúng ta hãy cùng uống trà và ăn bánh ở phòng Nhật bên kia!

向	**む (- かう /- こう)：** 向(む)かう head toward, face / bên kia 向(む)かい the opposite side / đằng kia・向(む)こう
菓	**カ：** お菓子(かし)
果	**カ：** 結果(けっか) result / kết quả　＊果物(くだもの) fruit / hoa quả

11　ごい

4 これからそちらに**向(む)かいます**から、3時(じ)までには着(つ)くと思(おも)います。

I'm heading there now, and I think I'll get there by 3:00.
Bây giờ tôi sẽ đi qua bên đó nên tôi nghĩ là tầm 3 giờ đổ lại là tới nơi.

向かう	(むかう) face, go toward / hướng đến, đi, đến	◆ 会社(かいしゃ)に**向(む)かう**
迎える	(むかえる) receive (guest) / đón	◆ お客(きゃく)さんを**迎(むか)える**
届く	(とどく) reach / tới, được chuyển đến	◆ 手紙(てがみ)が**届(とど)く**
間に合う	(まにあう) be in time / kịp	◆ 授業(じゅぎょう)に**間(ま)に合(あ)う**

12　ぶんぽう

1 A「ここは写真(しゃしん)を**とっちゃ**いけないんだよ。」
B「あ、そうなんだ。」

A: "You can't take pictures here."　B: "Oh, I see."
A: Ở đây không được chụp ảnh đâu!　B: Ô! Thế à?

Vちゃいけない　(＝Vてはいけない)　＊縮約形(しゅくやくけい) contraction / dạng rút ngắn

◆ それ、さわっ**ちゃいけない**よ。

◆ そこに入(はい)っ**ちゃいけません**。

13 昔は、車の代わりに馬や牛が<u>荷物</u>を運んだりした。

1　みもつ
2　かもつ
3　にもつ
4　いもつ

もじ

5 □□□

14 A「ごめんね。本当(ほんとう)にごめん。」
B「そんなに ＿＿＿＿ いいよ。」

1　あいさつしなくても
2　あやまらなくても
3　ちゅういしなくても
4　おこらなくても

ごい

5 □□□

15 A「全部(ぜんぶ) ＿＿＿＿ ちゃおうか。」
B「明日(あした)の分(ぶん)、とっとこうよ。」

1　食(た)べる
2　食(た)べて
3　食(た)べ
4　食(た)べた

ぶんぽう

5 □□□

もじ

13 **3** 昔は、車の代わりに馬や牛が**荷物**を運んだりした。

Years ago, instead of cars, horses or cows pulled carriage.
Ngày xưa, ngựa, bò chở đồ thay cho xe.

昔	**むかし**：昔
馬	**うま**：馬
荷	**に**：荷物

ごい

14 **2** A「ごめんね。本当にごめん。」
B「そんなに**謝らなくても**いいよ。」

A: "I'm sorry. I'm really sorry." B: "You don't have to apologize so much."
A: Xin lỗi nhé! Mình thành thật xin lỗi! B: Không cần phải xin lỗi như thế đâu!

謝る	（あやまる） apologize / xin lỗi
あいさつする	greet / chào hỏi
注意する	（ちゅういする） warn / chú ý, nhắc nhở
怒る	（おこる） get angry / tức giận

ぶんぽう

15 **3** A「全部**食べ**ちゃおうか。」
B「明日の分、とっとこうよ。」

OK 食べてしまおうか／とっておこうよ

A: "Shall we eat them all?" B: "Let's leave some for tomorrow."
A: Ăn hết luôn nhé? B: Để lại phần của ngày mai chứ!

Vちゃう （＝Vてしまう） ＊縮約形 contraction / dạng rút ngắn

◆ バス、行っ**ちゃう**よ。早く早く。（＝行ってしまう）

Vとく （＝Vておく） ＊縮約形

◆ 荷物はそこへ置い**といて**。（＝置いておいて）

16 次の信号を左に<u>曲がって</u>ください。

1　もがって
2　みがって
3　むがって
4　まがって

もじ

6 □□□

17 鉛筆(えんぴつ)に消(け)しゴムをつけたのは、良(よ)い ＿＿＿＿＿ だと思(おも)う。

1　アイデア
2　チャンス
3　バランス
4　テーマ

ごい

6 □□□

18 あんなやり方(かた)ではうまく ＿＿＿＿＿ だろうと思(おも)う。

1　いく
2　いかない
3　いこう
4　いくまい

ぶんぽう

6 □□□

こたえ

16

もじ

4 次(つぎ)の信号(しんごう)を左(ひだり)に**曲(ま)がって**ください。

Please turn left at the next light.
Hãy rẽ trái ở đèn tín hiệu giao thông tiếp theo.

次	**つぎ：** 次(つぎ)
信	**シン：** 信号(しんごう)・信(しん)じる believe, trust / tín hiệu, tin
曲	**キョク：** 曲(きょく) piece, tune / khúc, khúc nhạc, ca khúc
	ま (- がる /- げる)： 曲(ま)がる・曲(ま)げる bend / rẽ, uốn cong

17

ごい

1 鉛筆(えんぴつ)に消(け)しゴムをつけたのは、良(よ)い**アイデア**だと思(おも)う。

I think it was a good idea to put an eraser on the end of a pencil.
Tôi cho rằng, việc gắn tẩy vào đầu bút chì là một ý tưởng hay.

アイデア	idea / ý tưởng
チャンス	chance / cơ hội
バランス	balance / cân bằng, thăng bằng
テーマ	theme / chủ đề, đề tài

18

ぶんぽう

2 あんなやり方(かた)ではうまく**いかない**だろうと思(おも)う。

I don't think it'll go well if you do it that way.
Tôi cho rằng, cách làm như thế sẽ không suôn sẻ.

～だろうと思う　(＝たぶん～と思(おも)う)

- パーティーに 50 人(にん)は集(あつ)まる**だろうと思う**。
- 外(そと)がうるさかったから、みんな眠(ねむ)れなかった**だろうと思います**。

19 まもなく電車が<u>まいります</u>。危ないですから、黄色い線まで下がってお待ちください。

1　入ります
2　参ります
3　着ります
4　回ります

7 □□□

もじ

20 A「試験(しけん)はできた？」
B「うん、＿＿＿＿ わからなかったけど、だいたいできたよ。」

1　すべて
2　まあまあ
3　つぎつぎに
4　ところどころ

7 □□□

ごい

21 今年(ことし)は、日本語能力試験(にほんごのうりょくしけん)のN3を ＿＿＿＿ と思(おも)います。

1　受(う)けよう
2　受(う)けろう
3　受(う)けるよう
4　受(う)こう

7 □□□

ぶんぽう

もじ

19 **2** まもなく電車が**参ります**。危ないですから、黄色い線まで下がってお待ちください。

The train will soon arrive. Please wait behind the yellow line.
Tàu điện sắp sửa tới. Để an toàn, đề nghị hành khách lùi xuống dưới vạch màu vàng đợi tàu.

参 **サン**：参加する attend / tham gia・参考書 reference book / sách tham khảo
まい (-る)：参る go/come 〈humble form〉 / đi/đến 〈khiêm tốn ngữ〉
危 **キ**：危険な dangerous / nguy hiểm
あぶ (-ない)：危ない
線 **セン**：線・下線 underline / đường gạch dưới

ごい

20 **4** A「試験はできた？」
B「うん、**ところどころ**わからなかったけど、だいたいできたよ。」

A:"Did you do well on the exam?"
B:"Yes, there were some parts I couldn't get but I got most of it right."
A: Làm được bài thi không?
B: Ừ, có đôi chỗ không hiểu nhưng đại thể là làm được đấy!.

ところどころ in places / đôi chỗ
すべて all, everything / tất cả
まあまあ fairly, so-so / bình thường
次々に (つぎつぎに) one after another / liên tiếp

ぶんぽう

21 **1** 今年は、日本語能力試験のＮ３を**受けよう**と思います。

I think I will take the N3 Japanese Proficiency Test this year.
Tôi định năm nay sẽ thi trình độ N3 của cuộc thi Năng lực tiếng Nhật.

V ようと思う ＊意向形 volitional form / thể ý chí

- 今年は日本語の勉強をがんばろ**うと思う**。
- 明日からもっと早く起き**ようと思う**。

22 やり方は簡単です。心配は<u>要りません</u>。

1　ありません
2　おりません
3　たりません
4　いりません

8 □□□

23 ぼくは英語(えいご)は苦手(にがて)だが、数学(すうがく)は ＿＿＿＿ だ。

1　上手(じょうず)
2　得意(とくい)
3　上等(じょうとう)
4　高級(こうきゅう)

8 □□□

24 A「君(きみ)、昨日(きのう)来(こ)なかったね。」
B「＿＿＿＿ が…。」

1　行(い)くつもりです
2　行(い)くつもりません
3　行(い)ったつもり
4　行(い)くつもりでした

8 □□□

もじ

22 **4** やり方(かた)は簡単(かんたん)です。心配(しんぱい)は**要(い)りません**。

It is easy to do. There's no need to worry.
Cách làm đơn giản. Không cần phải lo lắng.

簡	**カン**：	簡単(かんたん)な
単	**タン**：	簡単(かんたん)な
要	**ヨウ**：	必要(ひつよう)な necessary / cần thiết
	い（-る）：	要(い)る

ごい

23 **2** 僕(ぼく)は英語(えいご)は苦手(にがて)だが、数学(すうがく)は**得意(とくい)**だ。

I'm not good at English but I am good at math.
Tôi thì tiếng Anh kém nhưng toán lại giỏi.

得意な（とくいな） be good at / giỏi ⇔ 苦手(にがて)な

上手な（じょうずな） good / giỏi ⇔ 下手(へた)な

上等な（じょうとうな） superior / tốt, chất lượng cao

高級な（こうきゅうな） high-class/grade / cao cấp

ぶんぽう

24 **4** A「君(きみ)、昨日(きのう)来なかったね。」

B「**行(い)くつもりでした**が…。」

A: "You didn't come yesterday."　B: "I was planning to go, but..."
A: Hôm qua không thấy đến nhỉ?　B: Cũng định đi rồi đấy mà lại...

Vるつもりだった　（＝Vる予定(よてい)だったが、（しなかった））

- そのテレビ番組(ばんぐみ)を**見(み)るつもりだった**のに、すっかり忘(わす)れていた。
- りんごを**買(か)うつもりだった**のに、みかんを買(か)ってきた。

25 このざっしは、辞書があれば読める。

1　冊子
2　雑誌
3　冊誌
4　雑子

9 □□□

もじ

26 隣(となり)の席(せき)が ＿＿＿＿＿ ので、荷物(にもつ)をそこに置(お)いた。

1　あいていた
2　のこっていた
3　すいていた
4　あまっていた

9 □□□

ごい

27 図書館(としょかん)の本(ほん)を返(かえ)す ＿＿＿＿＿ 忘(わす)れていた。

1　には
2　のに
3　のを
4　もの

9 □□□

ぶんぽう

こたえ

もじ

25 **2** この**雑誌（ざっし）**は、辞書（じしょ）があれば読（よ）める。

If I have a dictionary, I'll be able to read this magazine.
Tạp chí này nếu có từ điển thì đọc được.

[雑] **ザツ**：雑誌（ざっし）

[誌] **シ**：雑誌（ざっし）

[辞] **ジ**：辞書（じしょ）・辞典（じてん） dictionary / từ điển

や（-める）：辞（や）める quit / từ bỏ

ごい

26 **1** 隣（となり）の席（せき）が**空（あ）いていた**ので、荷物（にもつ）をそこに置（お）いた。

The seat next to me was open so I put my luggage there.
Chỗ bên cạnh trống nên tôi để hành lý lên đó.

[空く]（あく） become empty/vacant / trống ⇔ ふさがる

[残る]（のこる） remain / còn lại

[すく] not crowded, full / vắng ⇔ 混（こ）む

[余る]（あまる） left over / thừa

ぶんぽう

27 **3** 図書館（としょかん）の本（ほん）を返（かえ）す**のを**忘（わす）れていた。

I have been forgetting to return my library book.
Quên trả sách thư viện.

[～の] （＝～こと／もの）

- **暑（あつ）いの**は苦手（にがて）です。（＝暑（あつ）いこと）
- **いいの**を選（えら）んでください。（＝いいもの）

28 宿題を机の上に置いてきてしまった。

1 すくだい
2 しょくだい
3 しゅくだい
4 しくだい

10 □□□

もじ

29 A「すみません、コーヒーのおかわりをお願(ねが)いします。」
B「はい、＿＿＿＿＿＿。」

1 りょうかいいたします
2 おじゃまいたしました
3 しょうちいたします
4 かしこまりました

10 □□□

ごい

30 明日(あした)の面接試験(めんせつしけん)＿＿＿＿＿＿気(き)になって眠(ねむ)れない。

1 については
2 のことが
3 によって
4 だから

10 □□□

ぶんぽう

もじ

28 **3** **宿題**(しゅくだい)を机(つくえ)の上(うえ)に置(お)いてきてしまった。

I left my homework on my desk.
Để quên mất bài tập trên bàn.

宿　**シュク：** 宿題(しゅくだい)・下宿(げしゅく) lodging / trọ, nhà trọ

机　**つくえ：** 机(つくえ)

置　**お (-く)：** 置(お)く

ごい

29 **4** A「すみません、コーヒーのおかわりをお願(ねが)いします。」
B「はい、**かしこまりました**。」

A: "Excuse me, may I have another cup of coffee?"　B: "Yes, certainly."
A: Xin lỗi, cho tôi thêm ly cà phê nữa!　B: Vâng, có ngay ạ!

かしこまりました　(＝わかりました／承知(しょうち)しました／承知(しょうち)いたしました)

＊店員(てんいん)や使用人(しようにん)が使(つか)う
used by sales clerks, servants, etc.
nhân viên cửa hàng hoặc người làm thuê dùng

了解する　(りょうかいする)　understand / hiểu, thông cảm

おじゃまする　greeting used when visit someone's home / làm phiền

ぶんぽう

30 **2** 明日(あした)の面接試験(めんせつしけん)**のこと**が気(き)になって眠(ねむ)れない。

I'm so worried about tomorrow's interview exam that I can't sleep.
Không ngủ được vì cứ canh cánh chuyện thi phỏng vấn ngày mai.

Nのこと　matters concerning N / chuyện, việc N

- ニュースで火事(かじ)**のこと**を知(し)った。
- 彼(かれ)**のこと**が好(す)きだ。

31 これは夫がかいた港の絵です。

1　やまと
2　みやこ
3　ちまた
4　みなと

もじ

11 □□□

32 では、また ＿＿＿＿＿ お電話（でんわ）いたします。

1　まもなく
2　のちほど
3　しばらく
4　さきに

ごい

11 □□□

33 ＿＿＿＿＿ 練習（れんしゅう）は休（やす）みません。

1　疲（つか）れていても
2　疲（つか）れていては
3　疲（つか）れていると
4　疲（つか）れているから

ぶんぽう

11 □□□

もじ

31 **4** これは夫(おっと)がかいた港(みなと)の絵(え)です。

This is a picture of a harbor painted by my husband.
Đây là bức tranh về cảng do chồng tôi vẽ.

夫
- **フ：** 夫妻(ふさい) husband and wife / vợ chồng・丈夫(じょうぶ)な healthy, solid / chắc khỏe, bền
  大丈夫(だいじょうぶ) all right, no problem / ổn thỏa, không sao
- **フウ：** 夫婦(ふうふ) (married) couple / vợ chồng
- **おっと：** 夫(おっと)

港
- **コウ：** 空港(くうこう) airport /sân bay
- **みなと：** 港(みなと)

絵
- **エ：** 絵(え)

ごい

32 **2** では、また**後ほど**(のち)お電話(でんわ)いたします。

Well then, I'll call back later.
Vậy lát sau tôi xin phép gọi điện lại ạ.

- **後ほど** (のちほど) later / lát sau
- **間もなく** (まもなく) soon / chẳng bao lâu nữa, sắp sửa
- **しばらく** for a while / một lúc, một thời gian
- **先に** (さきに) first, before / trước

ぶんぽう

33 **1** **疲(つか)れていても**練習(れんしゅう)は休(やす)みません。

I won't miss practice, even if I'm tired.
Cho dù mệt mỏi tôi cũng không nghỉ buổi tập luyện nào.

～ても／でも if ~, though ~ / đại từ nghi vấn

- 先生(せんせい)に**聞(き)いても**わからない。
- 明日(あした)、**雨(あめ)でも**行(い)きます。

＊疑問詞(ぎもんし)～ても／でも

- いくら運動(うんどう)をしてもやせない。

34 電車が事故でおくれました。

1　割れました
2　送れました
3　遅れました
4　別れました

12 □□□

35 昨日(きのう)、運動(うんどう)しすぎて、体(からだ)の ＿＿＿＿ が痛(いた)いです。

1　あのへん
2　どこでも
3　あちこち
4　どこか

12 □□□

36 準備(じゅんび)運動(うんどう)を ＿＿＿＿ 泳(およ)ぐと危険(きけん)です。

1　さずに
2　しずに
3　されずに
4　せずに

12 □□□

もじ
ごい
ぶんぽう

もじ

34 **3** 電車が事故で**遅れました**。

The train was late due to an accident.
Tàu điện đến trễ vì gặp tai nạn.

故	**コ：** 事故・故障する break down / hỏng hóc
遅	**おそ (-い)：** 遅い late / muộn **おく (-れる)：** 遅れる
割	**わ (-れる / -る)：** ～が割れる crack, break / vỡ・～を割る break / làm vỡ

ごい

35 **3** 昨日、運動しすぎて、体の**あちこち**が痛いです。

I am stiff all over from exercising yesterday.
Hôm qua, tập luyện quá mức khiến mình mẩy đau tứ tung.

あちこち	hear and there, around / đây đó, chỗ này chỗ kia, tứ tung
どこでも	anywhere / ở đâu cũng
どこか	somewhere / ở đâu đó

ぶんぽう

36 **4** 準備運動を**せずに**泳ぐと危険です。

It's dangerous to go swimming without doing warm-up exercises.
Không khởi động mà bơi luôn thì nguy hiểm.

V ずに V （＝VしないでV）

＊V~~ない~~ず　＊「する」は「せず」になる

- 食べずに働く。（＝食べないで）
- 学校に行かずに、一人で勉強する。（＝行かないで）

もじ

37 彼は卒業式に出ませんでした。

1　そっぎょうしき
2　そちぎょうしき
3　そつぎょうしき
4　そうぎょうしき

13 □□□

ごい

38 緊張(きんちょう)しないで、＿＿＿＿ 話(はな)しましょう。

1　おもいついて
2　はりきって
3　おちついて
4　みなおして

13 □□□

ぶんぽう

39 A「なんて書(か)いてあるの？」
B「危(あぶ)ない！ ＿＿＿＿ って書(か)いてあるんだよ。」

1　飛(と)び出(だ)せ
2　飛(と)び出(だ)して
3　飛(と)び出(だ)そう
4　飛(と)び出(だ)すな

13 □□□

37 **3** 彼は**卒業式**に出ませんでした。

He didn't attend the graduation ceremony.
Anh ta đã không tham dự buổi lễ tốt nghiệp.

もじ

彼	**かれ**：彼・彼ら they / họ
	かの：彼女 she / cô ấy
卒	**ソツ**：卒業する graduate / tốt nghiệp
式	**シキ**：入学式 entrance ceremony / lễ nhập học・卒業式

38 **3** 緊張しないで、**落ち着いて**話しましょう。

Don't be so nervous, let's just calm down and talk.
Đừng căng thẳng, hãy bình tĩnh nói chuyện nào!

ごい

落ち着く（おちつく） become calm / bình tĩnh

思いつく（おもいつく） think of, come up with / nhớ ra, thoạt nghĩ

張り切る（はりきる） be enthusiastic / hăng hái

見直す（みなおす） have another look, review / xem lại

39 **4** A「なんて書いてあるの？」

B「危ない！**飛び出すな**って書いてあるんだよ。」

A: "What does it say?" B: "It says, 'Be careful! Don't run into the street.'"
A: Viết gì thế? B: Mình viết là "Nguy hiểm! Không được lao ra đường!" đấy mà.

ぶんぽう

Vるな （＝Vてはいけない）

＊否定の命令形 negative command form / mệnh lệnh phủ định

◆ あの部屋には**入るな**。（＝入ってはいけない）

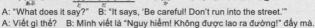

◆ 運転する前に酒を**飲むな**。（＝飲んではいけない）

40 紹介します。<u>つま</u>と息子です。

1　夫
2　妻
3　主人
4　家内

14 □□□

もじ

41 よくわかりません。もう少(すこ)し ＿＿＿＿ 説明(せつめい)してくださいませんか。

1　くわしく
2　きびしく
3　けわしく
4　よろしく

14 □□□

ごい

42 A「宝(たから)くじ ＿＿＿＿ かなあ。」
B「お金(かね)のむだだよ。」

1　買(か)うもの
2　買(か)うこと
3　買(か)おう
4　買(か)うよう

14 □□□

ぶんぽう

40 もじ

2 紹介(しょうかい)します。**妻(つま)**と息子(むすこ)です。

I'd like to introduce my wife and son.
Xin giới thiệu. Đây là vợ và con trai tôi.

紹	**ショウ：** 紹介(しょうかい)する introduce / giới thiệu
介	**カイ：** 紹介(しょうかい)する introduce / giới thiệu
妻	**サイ：** 夫妻(ふさい) husband and wife /vợ chồng・～夫妻(ふさい) Mr. and Mrs. / vợ chồng ông bà ～
	つま： 妻(つま)

41 ごい

1 よくわかりません。もう少(すこ)し**くわしく**説明(せつめい)してくださいませんか。

I don't understand. Could you please give me a more detailed explanation?
Tôi không hiểu lắm. Anh có thể làm ơn giải thích cặn kẽ hơn một chút được không?

- **くわしい** detailed / cụ thể, tỉ mỉ, cặn kẽ
- **きびしい** strict / nghiêm khắc
- **険しい** (けわしい) steep / hiểm trở, cộc cằn

42 ぶんぽう

3 A「宝(たから)くじ**買(か)おう**かなあ。」
B「お金(かね)のむだだよ。」

A: "I wonder if I should buy a lottery ticket." B: "That's a waste of money."
A: Hay là mua xổ số nhỉ? B: Chỉ tốn tiền mà thôi!

～かなあ （＝～かどうかわからない）

◆ 雨(あめ)、**降(ふ)るかなあ**。

～ないかなあ （＝①～ないかどうか心配(しんぱい) ②～なってほしい）

◆ 雨(あめ)、**降(ふ)らないかなあ**。（＝降(ふ)るかどうか心配(しんぱい)だ）

◆ 早(はや)く**夏休(なつやす)みにならないかなあ**。（＝なってほしい）

43 授業の予定が変わった。

1　じぎょう
2　ずぎょう
3　じゅうぎょう
4　じゅぎょう

15 □□□

もじ

44 スキーで ＿＿＿＿ 足(あし)の骨(ほね)を折(お)ってしまった。

1　おちて
2　たおれて
3　ころんで
4　つぶれて

15 □□□

ごい

45 国(くに)へ帰(かえ)っても、私達(わたしたち)のことを ＿＿＿＿ ほしい。

1　覚(おぼ)えて
2　覚(おぼ)えないで
3　忘(わす)れて
4　忘(わす)れないで

15 □□□

ぶんぽう

こたえ

43 **4** <u>授業(じゅぎょう)</u>の予定(よてい)が変(か)わった。

The plan for the lesson has changed.
Kế hoạch buổi học bị thay đổi.

もじ

[授] ジュ：授業(じゅぎょう)
[定] テイ：予定(よてい) plan / dự định, kế hoạch
[変] ヘン：大変(たいへん)な hard / vất vả・変(へん)な strange, weird / lạ lùng, khó hiểu
か（-わる/-える）：変(か)わる・変(か)える change (something) / thay, đổi

44 **3** スキーで<u>**転(ころ)んで**</u>足(あし)の骨(ほね)を折(お)ってしまった。

I fell and broke my leg skiing.
Tôi bị ngã gãy chân khi trượt tuyết.

ごい

転ぶ（ころぶ） fall, fall over / ngã
倒れる（たおれる） collapse / đổ, gục, ngã
つぶれる be crushed, collapse / bị đè bẹp, bị đổ bể, bị làm mất mặt

- ◆ 箱(はこ)が**つぶれる**
- ◆ 家(いえ)が**つぶれる**

45 **4** 国(くに)へ帰(かえ)っても、私達(わたしたち)のことを<u>**忘(わす)れないで**</u>ほしい。

Even if you go back to your own country, I don't want you to forget us.
Mong rằng bạn về nước rồi vẫn không quên chúng tôi.

ぶんぽう

V てほしい want someone to ～ / mong, muốn (ai đó) V

- ◆ 明日(あした)、<u>晴(は)れて**ほしい**</u>。
- ◆ 友達(ともだち)に早(はや)く元気(げんき)に<u>なって**ほしい**</u>。

＊ 病気(びょうき)に負(ま)けないでほしい。（＝負(ま)け<u>てほしくない</u>）

46 彼女と結婚の約束をした。

1 よくそく
2 よっそく
3 やくそく
4 やっそく

16 □□□

もじ

47 ぼくは ＿＿＿＿＿ で、姉(あね)が一人(ひとり)、兄(あに)が二人(ふたり)います。

1 ひとりっこ
2 すえっこ
3 ちょうなん
4 じなん

16 □□□

ごい

48 風邪(かぜ)がうつらない ＿＿＿＿＿ 、マスクをします。

1 ために
2 ように
3 のそうに
4 とおりに

16 □□□

ぶんぽう

こたえ

46 **3** 彼女(かのじょ)と結婚(けっこん)の**約束(やくそく)**をした。

I promised my girlfriend that we would get married.
Tôi đã hứa hôn với cô ấy.

結 **ケツ：** 結婚(けっこん)

結構(けっこう)な very nice / rất tuyệt, hoàn hảo

◆ いいえ、結構(けっこう)です。No, thank you. / Không, cám ơn!

婚 **コン：** 結婚(けっこん)

束 **ソク：** 約束(やくそく)

もじ

47 **2** 僕(ぼく)は**末(すえ)っ子(こ)**で、姉(あね)が一人(ひとり)、兄(あに)が二人(ふたり)います。

I'm the youngest child and I have one sister and two brothers.
Tôi là con út, trên tôi có một chị và hai anh.

末っ子	（すえっこ）	the youngest child / con út
一人っ子	（ひとりっこ）	only child / con một
長男	（ちょうなん）	the eldest son / trưởng nam　＊長女(ちょうじょ) the eldest daughter / trưởng nữ
次男	（じなん）	the second son / con trai thứ

＊次女(じじょ) the second daughter / thứ nữ, con gái thứ hai

＊三男(さんなん)・四男(よんなん)…　三女(さんじょ)・四女(よんじょ)…

ごい

48 **2** 風邪(かぜ)がうつらない**ように**、マスクをします。

I'll wear a mask to make sure my cold doesn't spread.
Đeo khẩu trang để không bị lây cảm.

V ないよう(に)　（＝V ると困(こま)るから）

◆ 忘(わす)れ**ないように**メモをする。

◆ 眠(ねむ)くなら**ないように**コーヒーを飲(の)む。

ぶんぽう

49 船よりひこうきのほうが速い。

1　飛高機
2　飛行機
3　引行機
4　引高機

17 □□□

50 この野菜(やさい)は ＿＿＿＿ 食(た)べられません。ゆでるか焼(や)くかしてください。

1　むいては
2　ままでは
3　なまでは
4　にては

17 □□□

51 忙(いそが)しくて寝(ね)る時間(じかん) ＿＿＿＿ ないのに、遊(あそ)びに行(い)けるわけがない。

1　でも
2　ほど
3　さえ
4　だけ

17 □□□

もじ

49 **2** 船(ふね)より**飛行機(ひこうき)**のほうが速(はや)い。

Planes are faster than boats.
Máy bay nhanh hơn tàu thủy.

- 船　**ふね：**船(ふね)
- 飛　**ヒ：**飛行機(ひこうき)・飛行場(ひこうじょう) airport / phi trường
  - **と (-ぶ)：**飛(と)ぶ fly / bay
- 機　**キ：**機械(きかい) machine / máy móc・機会(きかい) chance / cơ hội

ごい

50 **3** この野菜(やさい)は**生(なま)では**食(た)べられません。ゆでるか焼(や)くかしてください。

You cannot eat this vegetable raw. Please boil it or grill it.
Rau này không ăn được sống. Hãy luộc hoặc nướng!

- **生** (なま) raw / sống, tươi
- **むく** peel / gọt, bóc
- **煮る** (にる) boil, simmer / nấu
- **ゆでる** boil / luộc

ぶんぽう

51 **3** 忙(いそが)しくて寝(ね)る時間(じかん)**さえ**ないのに、遊(あそ)びに行(い)けるわけがない。

I'm so busy, I don't even have time to sleep, let alone go out and have fun.
Bận đến thời gian ngủ còn không có thì lấy đâu ra mà đi chơi.

N (で) さえ～　(＝N (で) も～)　＊Nが～だから、他(ほか)はもちろん

- 彼(かれ)らは今日(きょう)食(た)べるパン**さえ**ないんです。(＝パンも)
- こんな簡単(かんたん)な問題(もんだい)、子供(こども)**でさえ**わかる。(＝子供(こども)でも)

52 大学で美術を勉強しています。

1　ぎじつ
2　ぎじゅつ
3　びじつ
4　びじゅつ

もじ

18 □□□

53 A「スニーカーのひもがほどけているよ。」
B「ほんとだ。 ＿＿＿＿＿ から待(ま)って。」

1　ぬく
2　くっつける
3　むすぶ
4　ぬう

ごい

18 □□□

54 A「ちょっとお茶(ちゃ)でも飲(の)んで休(やす)もうか。」
B「お茶(ちゃ)なんか要(い)らない。 ＿＿＿＿＿ なんかいられないよ。」

1　休(やす)んで
2　休(やす)む
3　休(やす)み
4　休(やす)んだ

ぶんぽう

18 □□□

こたえ

もじ

52 **4** 大学(だいがく)で**美術**(びじゅつ)を勉強(べんきょう)しています。

I study art in college.

Tôi đang học mỹ thuật ở trường đại học.

美	ビ：美術(びじゅつ)・美術館(びじゅつかん) art museum / bảo tàng mỹ thuật
	うつく(-しい)：美(うつく)しい beautiful / xinh, đẹp
術	ジュツ：技術(ぎじゅつ) technique, technology / kỹ thuật・手術(しゅじゅつ) surgery, operation / phẫu thuật
技	ギ：技術(ぎじゅつ) technique, technology / kỹ thuật

ごい

53 **3** A「スニーカーのひもがほどけているよ。」

B「ほんとだ。**結ぶ**(むすぶ)から待(ま)って。」

A "Your shoelace is untied." B "Oh, you are right. Hold on while I tie it."

A: Dây giày đang bị tuột đấy! B: Ồ nhỉ! Đợi tớ buộc lại cái!

結ぶ	（むすぶ） tie / buộc ◆ ひもを結(むす)ぶ ⇔ ほどく
くっつける	stick, join ... / gắn. đính
抜く	（ぬく） pull out / rút, nhổ, xì
ぬう	sew / khâu

ぶんぽう

54 **1** A「ちょっとお茶(ちゃ)でも飲(の)んで休(やす)もうか。」

B「お茶(ちゃ)なんか要(い)らない。**休んで**(やすんで)なんかいられないよ。」

A: "How about we take a break and have some tea?"

B: "I don't want any tea. I can't afford to take a break."

A: Uống trà một chút chứ nhỉ?

B: Không cần trà gì cả! Có nghỉ ngơi được đâu mà.

Nなんか／など ＊Nを評価(ひょうか)しない give little respect for N / không đánh giá N

◆ 勉強(べんきょう)**なんか**したくない。　◆ 結婚(けっこん)**など**考(かんが)えておりません。

Vてなんか ＊Vを否定(ひてい)

◆ 泣(な)い**てなんか**いないよ。

55 橋をわたって、二つ目の角を右へ曲がると郵便局があります。

1　渡って
2　通って
3　進って
4　沿って

19 □□□

もじ

56 車の事故にあったが、＿＿＿＿＿ よかった。

1　気をつけて
2　いいかげんで
3　お気の毒で
4　大したことがなくて

19 □□□

ごい

57 考えてもどうにもならない。忘れる ＿＿＿＿＿ 。

1　しかない
2　だけない
3　からない
4　こそない

19 □□□

ぶんぽう

こたえ

もじ

55 **1** 橋(はし)を**渡(わた)って**、二(ふた)つ目(め)の角(かど)を右(みぎ)へ曲(ま)がると郵便局(ゆうびんきょく)があります。

After crossing the bridge, turn right at the second intersection and you'll see the post office.
Đi qua cầu, đến ngã tư thứ hai rẽ phải là nhìn thấy bưu điện.

橋 **キョウ**：歩道橋(ほどうきょう) footbridge / cầu vượt cho người đi bộ
はし：橋(はし)

渡 **わた** (-る /-す)：渡(わた)る・渡(わた)す pass, hand over /trao

角 **カク**：三角(さんかく) triangle / tam giác・四角(しかく) square / hình vuông, hình chữ nhật
かど：角(かど)

ごい

56 **4** 車(くるま)の事故(じこ)にあったが、**大(たい)したことがなくて**よかった。

I had a traffic accident but I'm glad it wasn't serious.
Tôi bị tai nạn ô tô nhưng may là không có gì nghiêm trọng.

大したことがない (たいしたことがない)
be not too serious / không có gì nghiêm trọng, không có gì to tát, không nhiều nhặn gì

いいかげんな
- **いいかげんに**返事(へんじ)をする
give a halfhearted response / trả lời đại
- **いいかげんに**しなさい！
Enough already! / Vừa vừa phai phải thôi!

気の毒な (きのどくな)
- **お気(き)の毒(どく)に。** That's too bad. / Thật là tội nghiệp!

ぶんぽう

57 **1** 考(かんが)えてもどうにもならない。忘(わす)れる**しかない**。

There's no use thinking about it. You might as well just forget it.
Có nghĩ nữa cũng chẳng giải quyết được gì. Chỉ còn cách là quên nó đi thôi.

V しかない (＝ V るほかに方法(ほうほう)がない)

- もうバスはない。歩(ある)く**しかない**。
- だれもいない。私(わたし)がやる**しかない**。
- 高(たか)くても必要(ひつよう)な物(もの)は買(か)う**しかない**だろう。

58 <u>残念</u>ですが、パーティーに出席できません。

1　さんれん
2　ざんれん
3　ざっねん
4　ざんねん

20 □□□

もじ

59 ＿＿＿＿＿が、どうぞお入（はい）りください。

1　片付（かたづ）けられません
2　散（ち）らかっています
3　きれいにしません
4　汚（よご）れてきます

20 □□□

ごい

60 A「浅草（あさくさ）＿＿＿＿＿、何（なに）を思（おも）い浮（う）かべますか。」
B「雷門（かみなりもん）、神輿（みこし）、そしてスカイツリーかな。」

1　として
2　というと
3　といっても
4　といっては

20 □□□

ぶんぽう

もじ

58 **4** 残念(ざんねん)ですが、パーティーに出席(しゅっせき)できません。

Sadly, I cannot attend the party.
Rất tiếc là tôi không thể tham dự buổi tiệc được.

残 **ザン：** 残念(ざんねん)な

のこ (-る/-す)**：** ～が残(のこ)る stay, remain / ở lại, còn lại, thừa

～を残(のこ)す leave, leave behind / để lại, để thừa

念 **ネン：** 残念(ざんねん)な unfortunate, regrettable / tiếc, đáng tiếc・記念(きねん) anniversary / kỷ niệm

席 **セキ：** 席(せき) seat / chỗ ngồi, ghế・出席(しゅっせき)する ⇔ 欠席(けっせき)する

ごい

59 **2** **散(ち)らかっています**が、どうぞお入(はい)りください。

It's a little messy, but please come in.
Vào đi, nhà hơi bừa bộn một tí!

散らかる (ちらかる) ◆ 部屋(へや)が**散(ち)らかる** the room is cluttered / phòng bừa bộn

片付ける (かたづける) ◆ 部屋(へや)を**片付(かたづ)ける** tidy up the room / dọn dẹp phòng

汚れる (よごれる) ◆ 洋服(ようふく)が**汚(よご)れる** clothes get dirty / quần áo bẩn

ぶんぽう

60 **2** A「浅草(あさくさ)**というと**、何(なに)を思(おも)い浮(う)かべますか。」 **OK** といったら

B「雷門(かみなりもん)、神輿(みこし)、そしてスカイツリーかな。」

A: "What comes to mind when you hear 'Asakusa?'"
B: "Kaminarimon, portable shrines and the Tokyo Skytree."
A: Nhắc đến Asakusa thì người ta thường nghĩ đến cái gì?
B: Chắc là cổng Toraemon, rước kiệu Mikoshi và tháp truyền hình Skytree chăng?

～というと／と言えば

speaking of ～, if/when you say/hear ～ / nói đến, nhắc đến ～ thì người ta thường…

◆ 京都(きょうと)**というと**、お寺(てら)や着物(きもの)をイメージします。

◆ 日本(にほん)の料理(りょうり)**と言(い)えば**、すし、すきやき、天(てん)ぷらでしょう。

61 自動販売機を使いたいので、１万円札を細かくしてくれませんか。

1　こまかく
2　みじかく
3　ほそかく
4　やわらかく

もじ

21 □□□

62 この店(みせ)の一日(いちにち)の ＿＿＿＿ は、約(やく) 10 万円(まんえん)です。

1　売(う)り場(ば)
2　売(う)り上(あ)げ
3　売(う)り切(き)れ
4　売(う)り出(だ)し

ごい

21 □□□

63 隅田川(すみだがわ) ＿＿＿＿ 花火大会(はなびたいかい)が行(おこな)われるため、交通機関(こうつうきかん)は混雑(こんざつ)するでしょう。

1　について
2　によって
3　にあたって
4　において

ぶんぽう

21 □□□

もじ

61 **1** 自動販売機(じどうはんばいき)を使(つか)いたいので、1万円札(まんえんさつ)を**細(こま)かく**してくれませんか。

I want to use the vending machine, so could you break this 10,000-yen bill for me?
Tôi muốn dùng máy bán hàng tự động vậy nên có ai đổi cho tôi tờ 10.000 yên với không?

販　**ハン**：販売(はんばい)する sell / bán hàng

札　**サツ**：千円札(せんえんさつ) 1,000-yen note, 1,000-yen bill / tờ 1000 yên
改札口(かいさつぐち) ticket gate / cửa soát vé

細　**ほそ**(-い)：細(ほそ)い thin / gầy　**こま**(-かい)：細(こま)かい

ごい

62 **2** この店(みせ)の一日(いちにち)の**売(う)り上(あ)げ**は、約(やく)10万円(まんえん)です。

This shop sells nearly 100,000 yen worth of items every day.
Doanh thu bán hàng trong một ngày của cửa hàng này khoảng 100.000 yên.

売り上げ（うりあげ） sales / doanh thu

売り場（うりば） counter / quầy bán hàng

売り切れ（うりきれ） being sold out / bán hết, hết hàng

売り出し（うりだし） sale / bán ra

ぶんぽう

63 **4** 隅田川(すみだがわ)**において**花火大会(はなびたいかい)が行(おこな)われるため、交通機関(こうつうきかん)は混雑(こんざつ)するでしょう。

Due to a firework festival held on Sumida River, public transportation will probably be congested.
Ở sông Sumida có lễ hội bắn pháo hoa nên có lẽ giao thông sẽ trở nên hỗn loạn.

Nにおいて　（＝Nで）

◆ 市民文化(しみんぶんか)センター**において**、交流会(こうりゅうかい)が開(ひら)かれます。

Nにおける　（＝Nでの）

◆ 上野公園(うえのこうえん)**における**花見会(はなみかい)にご参加(さんか)ください。

64 うちは普通の家ですが、世界各国からいろんな人がとまりにきます。

1　足まり
2　泊まり
3　通まり
4　止まり

もじ

22 □□□

65 ＿＿＿＿＿、たくさん召(め)し上(あ)がってください。

1　失礼(しつれい)して
2　遠慮(えんりょ)せずに
3　謙(けん)そんせずに
4　承知(しょうち)して

ごい

22 □□□

66 地震(じしん) ＿＿＿＿＿ ニュースをお伝(つた)えいたします。

1　に関(かん)する
2　に対(たい)する
3　に反(はん)する
4　に先立(さきだ)つ

ぶんぽう

22 □□□

こたえ

もじ

64 **2** うちは普通の家ですが、世界各国からいろんな人が**泊まり**に来ます。

My home is just a regular house, but people from all around the world come to spend the night.
Chúng tôi là nhà bình thường nhưng rất nhiều người từ các nước trên thế giới đến tá túc.

普　フ：普通・普段 usually / bình thường, thông thường

各　カク：各駅 every station / tất cả các ga, mỗi ga・各国

おのおの：各 each / mỗi　＊「各々」とも書く

泊　ハク：宿泊する stay, lodge / nghỉ trọ, ở qua đêm・１泊、２泊、３泊…

と (- まる /- める)：泊まる・泊める put ... up, give ... lodging / cho… trọ, cho… ở qua đêma

ごい

65 **2** **遠慮せずに**、たくさん召し上がってください。

Please feel free to eat as much as you'd like.
Ăn nhiều vào, đừng làm khách!

遠慮する（えんりょする） hesitate / làm khách, ngại, giữ ý

失礼する（しつれいする）

◆ A「どうぞお入りください。」 B「**失礼します。**」

＊失礼な rude / khiếm nhã, bất lịch sự, vô lễ

謙そんする（けんそんする） be modest / khiêm tốn

承知する（しょうちする） ◆ **承知しました**。（＝ わかりました）

ぶんぽう

66 **1** 地震**に関する**ニュースをお伝えいたします。

Here is the news concerning the earthquake.
Chúng tôi xin thông báo tin về động đất.

N に関して　（＝ N について）

◆ この問題**に関して**、ご意見がありましたら、どうぞ。

N に関する　（＝ N についての）

◆ 日本語能力試験**に関する**情報を集める。

67 店をきれいにしたら、以前に比べて、女性客が増えた。

1 ひらべて
2 くらべて
3 ならべて
4 こらべて

23 □□□

もじ

68 ぼくは、毎朝(まいあさ)、風呂場(ふろば)で ＿＿＿＿ をそります。

1 ひじ
2 はげ
3 かび
4 ひげ

23 □□□

ごい

69 お盆休(ぼんやす)みのラッシュ ＿＿＿＿ 事故(じこ)まで起(お)こり、高速道路(こうそくどうろ)はひどい渋滞(じゅうたい)になった。

1 にくらべて
2 にくわえて
3 にかけて
4 にさいして

23 □□□

ぶんぽう

こたえ

67

もじ

2 店(みせ)をきれいにしたら、以前(いぜん)に**比(くら)べて**、女性客(じょせいきゃく)が増(ふ)えた。

After cleaning up the store, we have been getting more female customers compared to before.
Sau khi làm sạch đẹp cửa hàng thì thấy số khách hàng nữ tăng lên so với trước.

比　**ヒ：** 比較(ひかく)する compare / so sách

くら (-べる)**：** 比(くら)べる

性　**セイ：** 男性(だんせい)・女性(じょせい)・性別(せいべつ) sex, gender / giới tính・性能(せいのう) performance / tính năng

客　**キャク：** 客(きゃく)・乗客(じょうきゃく) passenger / hành khách

68

ごい

4 僕(ぼく)は、毎朝(まいあさ)、風呂場(ふろば)で**ひげ**をそります。

I shave my beard every morning in the bathroom.
Hằng sáng, tôi cạo râu trong phòng tắm.

ひげ　mustache / râu

◆ **ひげが生(は)える** beard grows / mọc râu

ひじ　elbow / khuỷu tay

はげ　baldness / hói

かび　mold / mốc

◆ **かびが生(は)える** get moldy, mold grows / bị mốc

69

ぶんぽう

2 お盆休(ぼんやす)みのラッシュ**に加(くわ)えて**事故(じこ)まで起(お)こり、高速道路(こうそくどうろ)はひどい渋滞(じゅうたい)になった。

In addition to the O-bon vacation rush, there have been several accidents, so the highway is terribly congested.
Giao thông vào lúc cao điểm của kỳ nghỉ lễ Obon cộng thêm những vụ tai nạn xảy ra làm cho đường cao tốc tắc trầm trọng.

～に加えて　(＝～、その上(うえ))

◆ 兄(あに)は頭(あたま)のいいの**に加(くわ)えて**、スポーツもよくできる。

～に比べて　compared to ～ / so với

◆ 兄(あに)**に比(くら)べて**弟(おとうと)は成績(せいせき)もよくないし、運動(うんどう)も苦手(にがて)だ。

70 彼女はいつも助けてくれるやさしい人です。

1　難しい
2　易しい
3　優しい
4　美しい

24 □□□

71 7月(がつ) ＿＿＿＿＿ には、梅雨(つゆ)も 明(あ)けるでしょう。

1　中旬(ちゅうじゅん)
2　中間(ちゅうかん)
3　中心(ちゅうしん)
4　中央(ちゅうおう)

24 □□□

72 ご主人様(しゅじんさま)に、どうぞよろしく ＿＿＿＿＿ ください。

1　お伝(つた)え
2　お伝(つた)えて
3　お伝(つた)えして
4　お伝(つた)えられ

24 □□□

こたえ

もじ

70 **3** 彼女はいつも助けてくれる**優しい**人です。

She's a kind person who always helps me out.
Cô ấy là một người tốt bụng, luôn giúp đỡ tôi.

[助] **ジョ**：助手 assistant / trợ lý
たす (-かる/-ける)：助かる be saved, be helped / được giúp đỡ・助ける

[優] **ユウ**：優秀な excellent / giỏi, xuất sắc・俳優 actor, actress / diễn viên
優先席 priority seat / ghế ưu tiên
やさ (-しい)：優しい　**すぐ** (-れた)：優れた excellent / giỏi, ưu việt

[易] **エキ**：貿易 trade / ngoại thương　**イ**：安易な easy, easygoing / dễ dàng
やさ (-しい)：易しい easy, simple / dễ

ごい

71 **1** 7月**中旬**には、梅雨も明けるでしょう。

The rainy season will end by the middle of July.
Vào trung tuần tháng 7 thì có lẽ mùa mưa cũng kết thúc.

中旬 (ちゅうじゅん) the middle 10 days of the month / trung tuần

＊初旬／上旬 the first 10 days of the month /thượng tuần
＊下旬 last days of a month, last third of a month / hạ tuần

中間 (ちゅうかん) middle / giữa, trung gian ◆**中間**試験 midterm examinations / kỳ thi giữa kỳ
中心 (ちゅうしん) center / trung tâm ◆円の**中心** the center of a circle / tâm của vòng tròn
中央 (ちゅうおう) center / trung tâm ◆町の**中央** center of the city / trung tâm thành phố

ぶんぽう

72 **1** ご主人様に、どうぞよろしく**お伝え**ください。

Please give my best wishes to your husband.
Cho tôi gửi lời hỏi thăm tới chồng chị!.

おVください　（＝Vてください）＊尊敬語 honorifics / tôn kính ngữ

- ◆**お入りください**。（＝入ってください）
- ◆こちらに**おかけください**。（＝ここにかけてください）
- ◆少々**お待ちください**。（＝ちょっと待ってください）

73 再来週、面接試験を受けます。

1 さらいしゅう
2 さいらいしゅう
3 せらいしゅう
4 せいらいしゅう

25 □□□

もじ

74 一度(いちど)できなくても ＿＿＿＿ いけません。もう一度(いちど)やってみましょう。

1 あきては
2 あきれては
3 あきらめては
4 あきられては

25 □□□

ごい

75 あいさつの仕方(しかた)は、時(とき)と場所(ばしょ)、相手(あいて) ＿＿＿＿ 違(ちが)います。

1 によって
2 にとって
3 において
4 について

25 □□□

ぶんぽう

73 1 **再来週**、面接試験を受けます。

I'm going to have an oral examination the week after next.
Tuần kia, tôi sẽ thi phỏng vấn.

もじ

再	**サイ**：再利用する reuse / tái sử dụng　**サ**：再来週
	ふたた（-び）：再び again / lại, lần nữa
接	**セツ**：接続する connect, join / kết nối・直接 direct, directly / trực tiếp・面接
受	**ジュ**：受験する take an examination / thi
	受信する receive/ nhận tin, nhận tín hiệu ⇔ 送信する
	う（-ける）：受ける

74 3 一度できなくても**あきらめては**いけません。もう一度やってみましょう。

You shouldn't give up just because you can't do it the first time. Let's try it again.
Một lần không thành cũng không được nản chí. Hãy thử làm lại một lần nữa xem nào!

ごい

あきらめる	give up / bỏ dở
あきれる	be amazed, be disgusted / chán nản
あきる	get tired, get bored / chán, chán chê

75 1 あいさつの仕方は、時と場所、相手**によって**違います。

Ways of greeting people can change depending on the time, place and who you are meeting.
Tùy từng thời điểm, địa điểm, đối tượng mà có cách chào hỏi khác nhau.

ぶんぽう

Nによって　according to N, depending on N / tùy từng N

- コーヒーの値段は店**によって**違う。
- 天気は場所**によって**違います。
- 言葉は時代**によって**変わります。

76 君は熱心な学生だから、きっと試験に合格するでしょう。

1　くん
2　あなた
3　かみ
4　きみ

26 □□□

77 あの人とは同(おな)じクラスなんですが、口(くち)を ＿＿＿＿ ことがありません。

1　かけた
2　だした
3　きいた
4　さげた

26 □□□

78 A「おかしいなあ、10個(こ) ＿＿＿＿ はずなのに。」
B「あ、ごめん、1個(こ)食(た)べちゃった。」

1　買(か)う
2　買(か)わない
3　買(か)った
4　買(か)わなかった

26 □□□

もじ
ごい
ぶんぽう

76 もじ

4 君(きみ)は熱心(ねっしん)な学生(がくせい)だから、きっと試験(しけん)に合格(ごうかく)するでしょう。

You are a hardworking student so you'll most likely pass the test.
Bạn là sinh viên say mê học tập nên chắc chắn sẽ thi đỗ thôi.

[君] **クン**：～君(くん) name suffix used primarily for young men
cậu ~ (từ đặt sau tên để gọi người bằng hoặc kém tuổi, thường là con trai)

きみ：君(きみ)

[熱] **ネツ**：熱(ねつ) fever / nhiệt・熱心(ねっしん)な

あつ (-い)：熱(あつ)い hot / nóng

[格] **カク**：合格(ごうかく)する

77 ごい

3 あの人(ひと)とは同(おな)じクラスなんですが、口(くち)を**利(き)いた**ことがありません。

I'm in the same class as that person is but we have never talked to him.
Tôi tuy cùng lớp với anh ấy nhưng chưa bao giờ nói chuyện với anh ta.

《体(からだ)の部分(ぶぶん)の名称(めいしょう)を使(つか)った慣用句(かんようく)》
phrases using parts of the body / Những quán ngữ sử dụng từ chỉ bộ phận cơ thể

- 口(くち)を利(き)く（＝話(はな)す）
- 口(くち)にする（＝食(た)べる／話(はなし)をする）
- 耳(みみ)にする（＝聞(き)く）
- 耳(みみ)が遠(とお)い（＝耳(みみ)がよく聞(き)こえない）
- 頭(あたま)にくる／腹(はら)が立(た)つ（＝怒(おこ)っている）

78 ぶんぽう

3 A「おかしいなあ、10個(こ)**買(か)った**はずなのに。」
B「あ、ごめん、1個(こ)食(た)べちゃった。」

A: "That's strange. I thought I bought 10 of them."　B: "Oh, I'm sorry. I ate one."
A: Lạ nhỉ? Rõ ràng là mình mua 10 cái cơ mà!　B: Ô, xin lỗi cậu! Mình đã ăn mất một cái rồi.

～はず　expect, be sure of / chắc chắn, rõ ràng

- 10年(ねん)も日本(にほん)にいるなら、日本語(にほんご)が上手(じょうず)な**はず**だ。
- あの子(こ)は今年(ことし)二十歳(はたち)の**はず**だ。

＊～はず（が／は）ない（＝絶対(ぜったい)に～ない）

- 来(く)るはず（が／は）ない。

79 石けんが12<u>こ</u>、入っています。

1　個
2　台
3　枚
4　故

27 □□□

80 田中(たなか)さんは、よく笑(わら)う ＿＿＿＿ 人(ひと)です。

1　あわただしい
2　おとなしい
3　まぶしい
4　ほがらかな

27 □□□

81 A「あのう、すみませんが、道(みち)を教(おし)えて ＿＿＿＿ 。」
B「いいですよ。」

1　いただけませんか
2　いただきませんか
3　いただきでしょうか
4　いただいてでしょうか

27 □□□

もじ

79 **1** 石(せっ)けんが12**個(こ)**、入(はい)っています。

There are 12 bars of soap inside.
Có 12 bánh xà phòng.

石　セキ：石油(せきゆ)ストーブ oil heater, oil stove / lò sưởi đốt bằng dầu hỏa
石(せっ)けん
いし：石(いし) rock, stone / đá

個　コ：1個(こ)、2個(こ)…

枚　マイ：1枚(まい)、2枚(まい)… one sheet, two sheets ... / 1 tờ, 2 tờ

ごい

80 **4** 田中(たなか)さんは、よく笑(わら)う**ほがらかな**人(ひと)です。

Mr. Tanaka is a cheerful person who likes to laugh.
Anh Tanaka là người vui vẻ, rất hay cười.

ほがらかな	cheerful / vui vẻ, cởi mở
あわただしい	busy / tất bật, bận bịu
おとなしい	quiet / trầm tính
まぶしい	blindingly bright / sáng chói, vĩ đại, quá đẹp đẽ

ぶんぽう

81 **1** A「あのう、すみませんが、道(みち)を教(おし)えて**いただけませんか**。」
B「いいですよ。」

A: "Umm, excuse me. Could you please help me find my way?"　B: "Sure."
A: Xin lỗi chị! Chị làm ơn chỉ giúp tôi đường được không ạ?　B: Được chứ!

Vていただけませんか　＊「Vてもらえませんか」より丁寧(ていねい)

more polite than "Vてもらえませんか"
lịch sự hơn Vてもらえませんか

◆ペンを貸(か)し**ていただけませんか**。
◆ご住所(じゅうしょ)とお名前(なまえ)を書(か)い**ていただけませんか**。

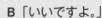

もじ

82 あのお寺の庭は、みどりが多くて静かです。

1　にぎやか
2　ゆたか
3　しずか
4　のどか

28 □□□

ごい

83 新幹線(しんかんせん)は、乗車(じょうしゃ) ＿＿＿＿＿ だけでなく、特急(とっきゅう) ＿＿＿＿＿ が必要(ひつよう)だ。

1　券(けん)／券(けん)
2　札(さつ)／札(さつ)
3　紙(かみ)／紙(かみ)
4　賃(ちん)／賃(ちん)

28 □□□

ぶんぽう

84 こちらで ＿＿＿＿＿ お待(ま)ちください。

1　おかけして
2　おかけになって
3　おかけて
4　おかけされて

28 □□□

もじ

82 **3** あの寺(てら)の庭(にわ)は、みどりが多(おお)くて**静か**(しず)です。

The garden of that temple has a lot of greenery and is peaceful.
Khu vườn của ngôi chùa ấy nhiều cây và yên tĩnh.

寺 **てら**：寺(てら)

庭 **テイ**：家庭(かてい) home, household / gia đình

にわ：庭(にわ)

静 **しず (-か)**：静(しず)かな

ごい

83 **1** 新幹線(しんかんせん)は、乗車(じょうしゃ)**券**(けん)だけでなく、特急(とっきゅう)**券**(けん)が必要(ひつよう)だ。

You need not only a regular ticket, but also a limited express ticket to get on the bullet train.
Khi đi tàu Shinkansen, bạn cần không chỉ vé tàu thường mà cả vé tàu tốc hành đặc biệt nữa.

～券（～けん）
- ◆ **定期券**(ていきけん) commuter pass / vé định kỳ, vé tháng
- ◆ **入場券**(にゅうじょうけん) ticket of admission / vé vào cửa
- ◆ **乗車券**(じょうしゃけん) a (passenger) ticket / vé tàu thường, vé xe

◆ **特急券**(とっきゅうけん) limited express ticket / vé Tokkyu (loại vé cần có thêm ngoài vé tàu thường để đi các loại tàu nhanh đặc biệt)

～賃（～ちん）
- ◆ **乗車賃**(じょうしゃちん) (bus/train/etc.) fare / cước tàu xe
- ◆ **電車賃**(でんしゃちん) train fare / cước tàu điện

ぶんぽう

84 **2** こちらで**おかけになって**お待(ま)ちください。

Please have a seat and wait a moment.
Xin mời anh ngồi ghế đợi một lát ạ!

おＶになる ＊尊敬語(そんけいご) honorifics / tôn kính ngữ

◆ これは先生(せんせい)が**お書(か)きになった**本(ほん)です。（＝先生(せんせい)が書(か)いた）

おＶする ＊謙譲語(けんじょうご) humble form / khiêm tốn ngữ

◆ 重(おも)そうなお荷物(にもつ)ですね。**お持(も)ちしましょう**か。（＝私(わたし)が持(も)ちます）

85 皆様によろしく<u>お伝え</u>ください。

1　おつだえ
2　おつたえ
3　おだつえ
4　おたつえ

もじ

29 □□□

86 ご注文(ちゅうもん)の品物(しなもの)は、明日(あした) ＿＿＿＿＿ お届(とど)けいたします。

1　確(たし)かに
2　確(たし)か
3　急(いそ)ぎに
4　急(きゅう)に

ごい

29 □□□

87 A「お客様(きゃくさま)、何(なに)に ＿＿＿＿＿ 。」
B「Aランチ、お願(ねが)いします。」

1　いたしますか
2　なさいますか
3　お食(た)べになりますか
4　いただきますか

ぶんぽう

29 □□□

こたえ

もじ

85 **2** 皆様によろしく**お伝え**ください。

Give my regards to everyone.
Hãy chuyển lời thăm hỏi của tôi đến mọi người!

皆 **みな：** 皆・皆さん

様 **さま：** ～様 Dear Mr./Mrs./Ms. ~ / ngài, ông, bà ～・神様 god / thần

伝 **つた (-える)：** 伝える tell, convey / truyền đạt

＊手伝う help / giúp đỡ・お手伝いさん helper / người giúp việc

ごい

86 **1** ご注文の品物は、明日**確かに**お届けいたします。

We will definitely deliver your order tomorrow.
Hàng đặt mua chắc chắn sẽ được chuyển tới vào ngày mai.

確かに (たしかに) surely / chắc chắn, chính xác

確か (たしか) if I recall correctly / nếu không nhầm thì là (dùng khi bản thân nói dựa vào trí nhớ hay kinh nghiệm…)

◆ さっき来た人は、**確か**田中さんの奥さんだと思います。
If I am not mistaken, I think the woman who was just here is Mr. Tanaka's wife.
Nếu tôi không nhầm thì người vừa nãy đến là vợ của anh Tanaka.

ぶんぽう

87 **2** A「お客様、何に**なさいますか**。」
B「A ランチ、お願いします。」

A: "What would you like to order?" B: "I'll have the A Lunch, please."
A: Thưa quý khách, quý khách chọn món gì ạ? B: Cho tôi suất ăn trưa A.

なさる ＊「する」の尊敬語 honorifics / tôn kính ngữ

いたす ＊「する」の謙譲語 humble form / khiêm tốn ngữ

◆ 社長はゴルフを**なさいます**が、わたしは**いたしません**。

◆ よろしくお願い**いたします**。

88 公園で<u>こども</u>と遊んだ。

1 子達
2 子供
3 小児
4 小人

30 □□□

もじ

89 この先(さき)、道(みち)が二(ふた)つに分(わ)かれていますが、どっちの ＿＿＿＿ に行(い)けばいいですか。

1 土地(とち)
2 向(む)き
3 地方(ちほう)
4 方向(ほうこう)

30 □□□

ごい

90 戦争(せんそう)が ＿＿＿＿ ように。

1 なくなる
2 なくなって
3 なくなった
4 なくなります

30 □□□

ぶんぽう

88 **2** 公園(こうえん)で**子供(こども)**と遊(あそ)んだ。

I played in the park with some children.
Tôi chơi với trẻ con ở công viên.

もじ

公	**コウ**：公園(こうえん)・公務員(こうむいん) public officer / công chức
供	**とも**：子供(こども)
遊	**ユウ**：遊園地(ゆうえんち) amusement park /khu vui chơi
	あそ (-ぶ)：遊(あそ)ぶ・遊(あそ)び play / chơi, trò chơi

89 **4** この先(さき)、道(みち)が二(ふた)つに分(わ)かれていますが、どっちの**方向(ほうこう)**に行(い)けばいいですか。

The road splits ahead of here, so which way should I go?
Phía trước, con đường chia làm hai ngả, vậy thì đi về hướng nào thì được?

ごい

方向 (ほうこう)　direction / hướng

土地 (とち)　ground, land / đất, mảnh đất

向き (むき)　direction / hướng

地方 (ちほう)　the country, a district / địa phương （＝地域(ちいき)）

90 **4** 戦争(せんそう)が**なくなります**ように。

I pray for the end of all war.
Cầu cho không còn chiến tranh!

ぶんぽう

V ますように／ませんように

hope / pray that ~ , hope / pray that ~ don't/doesn't ~ / cầu cho V/không V

＊願望(がんぼう)を表(あらわ)す expressing one's wishes / biểu thị nguyện vọng, mong muốn

- 試験(しけん)に合格(ごうかく)しますように。
- この仕事(しごと)に失敗(しっぱい)しませんように。
- 世界(せかい)が平和(へいわ)でありますように。

91 バスで空港へ行く。→ 31

1　くうこう　　2　こうくう

1 □□□

92 午後はじゆうに行動して下さい。→ 4

1　自由　　2　理由

2 □□□

もじ

93 昨日(さくじつ)の会議(かいぎ)では、よいアイデアが ＿＿＿＿ 発表(はっぴょう)された。→ 20

1　ところどころ　　2　つぎつぎに

1 □□□

94 まだゲームをしているの？ ＿＿＿＿ しなさい。→ 56

1　えんりょ　　2　いいかげんに

2 □□□

ごい

95 昨年(さくねん)の試験問題は、一昨年(おととし) ＿＿＿＿ 少し易しくなった。→ 69

1　にくらべて　　2　にくわえて

1 □□□

96 今朝は大事な会議(かいぎ)がある。遅れない ＿＿＿＿、いつもより早く家を出よう。→ 48

1　ために　　2　ように

2 □□□

ぶんぽう

もじ

97 授業に<u>遅れない</u>ようにしてください。→ 34

1　おそれない　　2　おくれない

3 □□□

98 こんな事があるなんて、<u>しんじられない</u>。→ 16

1　信じられない　　2　真じられない

4 □□□

ごい

99 田中先生は、＿＿＿＿ こわいけれど、とてもいい先生です。→ 41

1　きびしくて　　2　けわしくて

3 □□□

100 弟は小学生のころ、＿＿＿＿ 友だちも少なかったです。→ 80

1　ほがらかで　　2　おとなしくて

4 □□□

ぶんぽう

101 A「怒(おこ)らないで。」
B「怒(おこ)って ＿＿＿＿ いないよ、心配しているんだ。」→ 54

1　なんか　　2　ばかり

3 □□□

102 いつも助けて ＿＿＿＿ ありがとう。→ 9

1　もらえて　　2　くれて

4 □□□

前のページの答え　91 1　92 1　93 2　94 2　95 1　96 2

もじ

103 <u>果物</u>が好きです。→ 10

1　くだもの　　2　こどもの

5 □□□

104 この<u>きょく</u>を聞くと国を思い出す。→ 16

1　局　　2　曲

6 □□□

ごい

105 ＿＿＿＿ が良（よ）い食事を心がけましょう。

→ 17

1　テーマ　　2　バランス

5 □□□

106 そんな易しい計算（けいさん）もできないなんて、本当に ＿＿＿＿ ね。

→ 74

1　あきられる　　2　あきれる

6 □□□

ぶんぽう

107 電話もメールも通（つう）じないなら、遠くても行く ＿＿＿＿ 。

→ 57

1　しかない　　2　だけある

5 □□□

108 割れない ＿＿＿＿ 、そっと置いてください。→ 48

1　ように　　2　ために

6 □□□

もじ

109 ここはお年寄りのための優先席です。→ 70

1　ようせんせき　　2　ゆうせんせき

7 □□□

110 お皿をわってしまった。→ 34

1　割って　　2　折って

8 □□□

ごい

111 A「＿＿＿＿＿。」
B「気をつけて。また遊びに来てください。」→ 29

1　おじゃましました　　2　しょうちしました

7 □□□

112 彼の言い方に＿＿＿＿＿が、何も言えなかった。→ 77

1　腹にきた　　2　頭にきた

8 □□□

ぶんぽう

113 日本の春＿＿＿＿＿、サクラですね。→ 60

1　というより　　2　といえば

7 □□□

114 私は夫に危険な仕事を＿＿＿＿＿。→ 45

1　してほしくない　　2　しなくてほしい

8 □□□

前のページの答え　103 1　104 2　105 2　106 2　107 1　108 1

115 夫婦で旅行に行く。→ 31

1　ふさい　　　2　ふうふ

9 □□□

116 鳥がとんでいる。→ 49

1　込んで　　　2　飛んで

10 □□□

もじ

117 田舎（いなか）に広い ＿＿＿＿ があるが、そこに家を建てるつもりはない。→ 89

1　土地　　　2　地方

9 □□□

118 A「今度の試験いつか知ってる？」
B「＿＿＿＿ 来月の10日だったと思うけれど…。」→ 86

1　確かに　　　2　確か

10 □□□

ごい

119 A「あ、リーさんだ。」
B「え、リーさんの ＿＿＿＿ よ。国に帰ったんだから。」→ 78

1　はずない　　　2　はずじゃない

9 □□□

120 お正月料理も地方や家 ＿＿＿＿ 違（ちが）う。→ 87

1　にそって　　　2　によって

10 □□□

ぶんぽう

前のページの答え　109 2　110 1　111 1　112 2　113 2　114 1

もじ

121 紙を<u>三角</u>におります。→ 55

1　さんかく　　2　みつかど

11 □□□

122 旅館に<u>とまる</u>。→ 64

1　泊まる　　2　宿まる

12 □□□

ごい

123 おなかがすきすぎて、＿＿＿＿。→ 44

1　ころびそうだ　　2　たおれそうだ

11 □□□

124 お金を使いすぎて、帰る電車 ＿＿＿＿ もなくなった。→ 83

1　賃　　2　券

12 □□□

ぶんぽう

125 神様、お願い。今年はすてきな人と出会えます ＿＿＿＿。→ 90

1　ように　　2　かなあ

11 □□□

前のページの答え　115 2　116 2　117 1　118 2　119 1　120 2

第2週

Week 2
Tuần thứ 2

- 6日目まで終わったら、正解の数を数えて記入しましょう。
- 正解の少ない分野があったら、もう一度やってから7日目に進みましょう。
- 7日目は復習です。終わったら正解の数を記入して、学習の効果を確認しましょう。

- At the end of the first six days, count the number of questions that were correct.
- If there is a section where you got only a few questions correct, please do it over before moving on to the seventh day.
- The seventh day is for reviewing. When you are finished, fill in the number of the correct answers to see how you have improved.

- Khi hoàn thành xong 6 ngày đầu tiên, hãy đếm và ghi lại số lượng các câu trả lời mà bạn đã làm đúng.
- Nếu có phần nào mà bạn ít trả lời đúng thì hãy làm lại chúng một lần nữa rồi mới chuyển sang phần của ngày thứ 7.
- Ngày thứ 7 là bài ôn tập. Khi làm xong, bạn hãy ghi số lượng các câu trả lời đúng để đánh giá lại kết quả học tập.

もじ

	1～6日目	7日目（ふくしゅう）
1回目	／30問	／12問
2回目	／30問	／12問
3回目	／30問	／12問

ごい

	1～6日目	7日目（ふくしゅう）
1回目	／30問	／12問
2回目	／30問	／12問
3回目	／30問	／12問

ぶんぽう

	1～6日目	7日目（ふくしゅう）
1回目	／30問	／11問
2回目	／30問	／11問
3回目	／30問	／11問

前のページの答え 121 1 122 1 123 2 124 1 125 1

もじ

＿＿＿＿＿のことばをひらがなは漢字に、漢字はひらがなに直して、正しいものを選択肢から選びなさい。

Choose the correct word from the multiple options after converting the underlined *kanji* word into *hiragana* or the *hiragana* word into *kanji*.

Hãy chọn đáp án đúng sau khi chuyển các từ gạch chân từ chữ Hiragana sang chữ Hán hoặc ngược lại.

ごい

＿＿＿＿＿のところに何を入れますか。いちばんいいものを選択肢から一つ選びなさい。

What is the right word to fit in the underlined space? Choose the correct word out of the multiple options.

Điền gì vào chỗ trống cho phù hợp? Hãy chọn một đáp án đúng nhất.

ぶんぽう

＿＿＿＿＿のところに何を入れますか。いちばんいいものを選択肢から一つ選びなさい。

What is the right word to fit in the underlined space? Choose the correct word out of the multiple options.

Điền gì vào chỗ trống cho phù hợp? Hãy chọn một đáp án đúng nhất.

126 毎日<u>続けて</u>練習すれば覚えられます。

1　つるけて
2　つむけて
3　つぬけて
4　つづけて

もじ

1□□□

127 髪(かみ)、切(き)ったんだね。ずいぶん ＿＿＿＿ が変(か)わったね。

1　レベル
2　テンポ
3　イメージ
4　サイン

ごい

1□□□

128 しぼり ＿＿＿＿ の牛乳(ぎゅうにゅう)はいかがですか。

1　あげ
2　たて
3　すぎ
4　きり

ぶんぽう

1□□□

もじ

126 **4** 毎日(まいにち)**続けて**(つづ)練習(れんしゅう)すれば覚(おぼ)えられます。

If you continue practicing every day, you will memorize it.
Nếu tiếp tục luyện tập hàng ngày thì sẽ nhớ.

[続] **つづ** (-く/-ける)：続(つづ)く continue / tiếp tục・続(つづ)ける

[練] **レン**：練習(れんしゅう)する

[覚] **おぼ** (-える)：覚(おぼ)える

ごい

127 **3** 髪(かみ)、切(き)ったんだね。ずいぶん**イメージ**が変(か)わったね。

Oh, you got your haircut. You look really different.
Cắt tóc hả? Ấn tượng khá là thay đổi nhỉ!

イメージ	image / ấn tượng
レベル	level / trình độ, mức độ
テンポ	tempo / nhịp độ
サイン	signature, autograph / dấu hiệu, chữ ký

ぶんぽう

128 **2** しぼり**たて**の牛乳(ぎゅうにゅう)はいかがですか。

Would you like some freshly squeezed milk?
Sữa bò vừa vắt xong thấy thế nào?

Vたて (＝Vたばかり)

- このパンは焼(や)き**たて**なので、切(き)れません。
- 炊(た)き**たて**のご飯(はん)はおいしい。
- 習(なら)い**たて**の日本語(にほんご)を使(つか)ってみた。

129 今はかんご婦を、「かんご師」と<u>よびます</u>。

1　浴びます
2　呼びます
3　飛びます
4　遊びます

もじ

2 □□□

130 時間(じかん)があるから、ちょっとその辺(へん)を ＿＿＿＿ しましょう。

1　そろそろ
2　のろのろ
3　ぶらぶら
4　どんどん

ごい

2 □□□

131 友人(ゆうじん)を亡(な)くした ＿＿＿＿ を歌(うた)にしました。

1　悲(かな)しい
2　悲(かな)しいさ
3　悲(かな)しみ
4　悲(かな)しむ

ぶんぽう

2 □□□

129 **2** 今は看護婦を、「看護師」と**呼びます**。

Previously a nurse was called “kangofu”, but now they are called “kangoshi”.
Bây giờ người ta gọi Kangofu là Kagoshi.

もじ

- 婦 **フ**：看護婦・主婦 housewife / bà nội trợ・夫婦 (married) couple / vợ chồng
- 師 **シ**：看護師・教師 teacher / giáo viên
- 呼 **よ** (-ぶ)：呼ぶ

130 **3** 時間があるから、ちょっとその辺を**ぶらぶら**しましょう。

We have some time, so let’s go for a walk for a bit.
Còn thời gian nên đi loăng quăng một chút chỗ mạn đằng ấy đi!

ごい

ぶらぶら	◆ **ぶらぶら**散歩する wander around / đi dạo loăng quăng, thẩn thơ đi dạo
そろそろ	◆ **そろそろ**始める start soon / sắp sửa bắt đầu
のろのろ	◆ **のろのろ**歩く walk sluggishly / đi bộ chậm chạp
どんどん	◆ **どんどん**進む make steady progress / tiến mạnh, tiến nhanh

131 **3** 友人を亡くした**悲しみ**を歌にしました。 **OK** 悲しさ

I put the sadness of the loss of my friend into a song.
Chuyển nỗi đau thương ngươi bạn đã mất thành bài hát.

ぶんぽう

～み　＊ A~~い~~み（＝ N）

- ◆ これは**痛み**をおさえる薬です。
- ◆ 夕食の後のビールが父の**楽しみ**です。
- ◆ この本は**厚み**がある。

132 暖かくなったら、両親を呼んでこの町を案内したい。

1　みじかく
2　やわらかく
3　こまかく
4　あたたかく

もじ

3 □□□

133 朝(あさ)から何(なに)も食(た)べていないから、おなかが ＿＿＿＿＿ だ。

1　ふらふら
2　ぴかぴか
3　ぺらぺら
4　ぺこぺこ

ごい

3 □□□

134 A「あれから、彼女(かのじょ)に会(あ)いましたか。」
B「いえ、あれ ＿＿＿＿＿ です。」

1　っきり
2　っぽっち
3　だけ
4　ほど

ぶんぽう

3 □□□

もじ

132 **4** **暖(あたた)かく**なったら、両親(りょうしん)を呼(よ)んでこの町(まち)を案内(あんない)したい。

I would like to bring my parents to this town and show them around when it gets warm.
Khi thời tiết trở nên ấm áp, tôi muốn mời bố mẹ lên thành phố này và dẫn bố mẹ đi chơi.

暖	**ダン**：暖房(だんぼう) (indoor) heating / điều hòa nóng ⇔ 冷房(れいぼう)
	あたた (-かい)：暖(あたた)かい
両	**リョウ**：両親(りょうしん)・両方(りょうほう) both / cả hai, song phương
案	**アン**：案内(あんない)する

ごい

133 **4** 朝(あさ)から何(なに)も食(た)べていないから、おなかが**ぺこぺこ**だ。

I have not eaten anything since this morning so I am very hungry.
Từ sáng đến giờ chưa ăn gì nên bụng đói cồn cào.

ぺこぺこ	(When people feel extremely hungry) / cồn cào
ふらふら	◆ 頭(あたま)が**ふらふら**する feel dizzy / đầu óc mệt mỏi
ぴかぴか	◆ 靴(くつ)を**ぴかぴか**にみがく Shoes are polished to a shine. / đánh giày sáng bóng
ぺらぺら	◆ 彼(かれ)は英語(えいご)が**ぺらぺら**だ。He is fluent in English. / Anh ấy nói tiếng Anh giỏi.

ぶんぽう

134 **1** A「あれから、彼女(かのじょ)に会(あ)いましたか。」
B「いえ、あれ**っきり**です。」

A: "Have you seen her since then?"　B: "No, not since then."
A: Từ hồi ấy anh có gặp lại cô ấy không?　B: Không, chỉ có dạo ấy thôi.

N(っ)きり　(＝N だけ)

- 二人(ふたり)**きり**で話(はな)そう。
- みんな家(いえ)を出(で)て、母(はは)が一人(ひとり)**きり**になってしまった。

135 今年の正月は、久しぶりに家族をつれて神社へ行った。

1　遅れて
2　連れて
3　晴れて
4　取れて

4 □□□

もじ

136 貧(まず)しかった少年(しょうねん)が、社会(しゃかい)で成功(せいこう)するという＿＿＿＿の映画(えいが)を見(み)た。

1　文学(ぶんがく)
2　作文(さくぶん)
3　書物(しょもつ)
4　物語(ものがたり)

4 □□□

ごい

137 彼女(かのじょ)はピンク色(いろ)が好(す)きで、髪(かみ)＿＿＿＿ピンクにしてしまった。

1　こそ
2　だけ
3　まで
4　ほど

4 □□□

ぶんぽう

もじ

135 **2** 今年(ことし)の正月(しょうがつ)は久(ひさ)しぶりに家族(かぞく)を**連(つ)れて**神社(じんじゃ)へ行(い)った。

This New Year's day, I took my family to a shrine for the first time in a while.
Tết năm nay sau bao lâu tôi mới dẫn gia đình đi đền.

[久] **ひさ** (- しい)：久(ひさ)しぶり

[連] **レン**：連絡(れんらく)する inform / liên lạc, thông báo・連休(れんきゅう) consecutive holidays / kỳ nghỉ dài

つ (- れる)：連(つ)れていく take / dẫn đi

[神] **シン**：神経(しんけい) nerve / thần kinh

ジン：神社(じんじゃ)

かみ：神様(かみさま) god / thần

ごい

136 **4** 貧(まず)しかった少年(しょうねん)が、社会(しゃかい)で成功(せいこう)するという**物語(ものがたり)**の映画(えいが)を見(み)た。

I watched a movie about a boy who was once poor later succeed in life.
Tôi đã xem một bộ phim kể về một cậu bé nghèo thành công trong xã hội.

物語（ものがたり） story / câu chuyện, truyện, truyện cổ tích

文学（ぶんがく） literature / văn học

作文（さくぶん） composition, essay / bài văn

書物（しょもつ） book / sách　＊硬(かた)い表現(ひょうげん) stiff expression / Cách nói trang trọng

ぶんぽう

137 **3** 彼女(かのじょ)はピンク色(いろ)が好(す)きで、髪(かみ)**まで**ピンクにしてしまった。

She likes pink so much that she even dyed her hair pink.
Cô ấy thích màu hồng, đến tóc cũng nhuộm màu hồng.

[～まで…]　（＝～も）　＊程度(ていど)が普通(ふつう)ではないことを表(あらわ)す
expressing that the degree of something is not ordinary
không phải là bình thường

- この魚(さかな)は骨(ほね)**まで**食(た)べられる。
- 雨(あめ)に降(ふ)られて、下着(したぎ)**まで**ぬれた。

138 私が育った町の美しい川は、今は<u>汚れて</u>、もう泳げない。

1　よごれて
2　よぼれて
3　おごれて
4　おぼれて

5 □□□

もじ

139 この子、熱が高くてすごく ＿＿＿＿＿ だよ。すぐ医者に連れていこう。

1　つらそう
2　みにくそう
3　にがそう
4　くるしみそう

5 □□□

ごい

140 この石けんはおもしろい ＿＿＿＿＿ 汚れがよく落ちる。

1　だけ
2　ほど
3　まで
4　ばかり

5 □□□

ぶんぽう

こたえ

もじ

138 **1** 私(わたし)が育(そだ)った町(まち)の美(うつく)しい川(かわ)は、今(いま)は**__汚(よご)れて__**、もう泳(およ)げない。

The once beautiful river in the town I grew up in is now too dirty to swim in.
Dòng sông xinh đẹp của thành phố, nơi tôi lớn lên, giờ bị ô nhiễm, không còn bơi được nữa.

[育] **イク**：教育(きょういく) education / giáo dục
そだ (-つ/-てる)：育(そだ)つ・育(そだ)てる bring up / nuôi

[汚] **きたな** (-い)：汚(きたな)い dirty / bẩn
よご (-れる/-す)：汚(よご)れる・汚(よご)す make (something) dirty / làm bẩn

[泳] **エイ**：水泳(すいえい) swimming / bơi
およ (-ぐ)：泳(およ)ぐ

ごい

139 **1** この子(こ)、熱(ねつ)が高(たか)くてすごく**__つらそう__**だよ。すぐ医者(いしゃ)に連(つ)れていこう。

OK 苦(くる)しそう

This child has a high fever and it looks like she is suffering. Let's take her to a doctor right away.
Đứa bé này sốt cao, người có vẻ khó chịu lắm. Đưa đi khám bác sỹ ngay thôi!

つらい		painful, hard / đau khổ, gian khổ, khó chịu, cay đắng
みにくい		ugly / xấu
苦い	(にがい)	bitter / đắng
苦しむ	(くるしむ)	suffer / đau khổ

ぶんぽう

140 **2** この石(せっ)けんはおもしろい**__ほど__**汚(よご)れがよく落(お)ちる。

This soap cleans dirt so well that it is funny.
Loại xà phòng này vết bẩn dễ được làm sạch đến mức thú vị.

～ほど (＝～くらい) ＊程度(ていど)を表(あらわ)す

- __**山ほど**__宿題(しゅくだい)がある。
- 今日(きょう)は__泣(な)きたい**ほど**__寒(さむ)い。

141 輸出の<u>反対</u>は輸入です。

1　はんだい
2　へんだい
3　はんたい
4　へんたい

6 □□□

142 娘(むすめ)のけがが軽(かる)くて、＿＿＿＿＿　しました。

1　そっと
2　じっと
3　さっと
4　ほっと

6 □□□

143 息子(むすこ)　＿＿＿＿＿　をして老人(ろうじん)からお金(かね)をとる事件(じけん)が増(ふ)えている。

1　ぶり
2　のふり
3　にふり
4　っぷり

6 □□□

もじ

141 **3** 輸出の**反対**は輸入です。

The opposite of export is import.
Ngược lại với xuất khẩu là nhập khẩu.

輸　**ユ**：輸出する・輸入する
反　**ハン**：反対
対　**タイ**：反対語 antonym / từ trái nghĩa

ごい

142 **4** 娘のけがが軽くて、**ほっと**しました。

I was glad that my daughter's injury was not too severe.
Vết thương của con gái là nhẹ làm tôi nhẹ cả người.

ほっと　◆ **ほっと**する feel relieved / thở phào, nhẹ cả người（＝安心する）
そっと　◆ **そっと**歩く walk softly / đi rón rén
じっと　◆ **じっと**する stay put / im, nén chịu, chầm chầm
さっと　◆ 机を**さっと**ふく
give the table a quick wipe / lau nhanh cái bàn

ぶんぽう

143 **2** 息子**のふり**をして老人からお金をとる事件が増えている。

The number of incidents of people stealing money from the elderly by pretending to be their son is increaseing.
Những vụ giả vờ là con trai lấy tiền của người già đang tăng lên.

～ふりをする　pretend to be ～ / giả vờ ～

◆ 知っているのに知らない**ふりをする**。
◆ 彼女は親切な**ふりをして**人をだました。

144 A「ちょっと<u>にがい</u>ね。」
B「お茶の葉を入れすぎたかな。」

1　若い
2　苦い
3　強い
4　厚い

7 □□□

もじ

145 毎日(まいにち)何回(なんかい)も自分(じぶん)の体重(たいじゅう)を ＿＿＿＿ というダイエット方法(ほうほう)があるそうです。

1　量(はか)る
2　減(へ)らす
3　増(ふ)やす
4　落(お)とす

7 □□□

ごい

146 使(つか)ったら ＿＿＿＿ っぱなしにしないで、片付(かたづ)けなさい。

1　出(だ)す
2　出(だ)し
3　出(だ)して
4　出(だ)した

7 □□□

ぶんぽう

こたえ

もじ

144 **2** A「ちょっと**苦い**(にが)ね。」
B「お茶(ちゃ)の葉(は)を入(い)れすぎたかな。」

A: "It is a little bitter." B: "Maybe you put too many tea leaves in it."
A: Hơi đắng nhỉ! B: Cho nhiều lá trà quá thì phải.

苦 **にが** (-い)：苦い(にが)・苦手(にがて)な difficult to deal with, poor at / kém, không thích, ghét
くる (-しい)：苦しい(くる) painful, agonizing / khổ sở, khó nhọc

葉 **は**：葉(は)・言葉(ことば) word, language / từ, ngôn ngữ

若 **わか** (-い)：若い(わか) young / trẻ

ごい

145 **1** 毎日(まいにち)何回(なんかい)も自分(じぶん)の体重(たいじゅう)を**量る**(はか)というダイエット方法(ほうほう)があるそうです。

I hear there is a weight-loss method where all you do is weigh yourself several times a day.
Nghe nói có phương pháp giảm béo là hằng ngày đo cân nặng của mình nhiều lần.

量る (はかる)
◆ 体重(たいじゅう)を**量る**(はか) weigh yourself / đo cân nặng
◆ 身長(しんちょう)を**測る**(はか) measure your height / đo chiều cao

減らす (へらす)
◆ 体重(たいじゅう)を**減らす**(へ) lose weight / giảm cân ＊減る(へ)

増やす (ふやす)
◆ 貯金(ちょきん)を**増やす**(ふ) increase savings / tăng tiền tích lũy ＊増える(ふ)

ぶんぽう

146 **2** 使(つか)ったら**出し**(だ)っぱなしにしないで、片付(かたづ)けなさい。

After you use it, do not leave it out. Put it away.
Dùng xong thì dọn đi, đừng để nguyên như thế!

Vっぱなし (＝V たまま) ＊ V~~ます~~っぱなし

◆ ドアを**開けっぱなし**(あ)にするな。
◆ 祖母(そぼ)は電気(でんき)もテレビも**つけっぱなし**で寝(ね)ている。

147 <u>最近</u>、忙しそうだけど、無理をしないで。

1　ちかごろ
2　このごろ
3　せいきん
4　さいきん

8 □□□

もじ

148 毎日(まいにち)レストランで食事(しょくじ)をするなんて、お金(かね)が ＿＿＿＿＿ できません。

1　かからなくて
2　もったいなくて
3　ぜいたくで
4　びんぼうで

8 □□□

ごい

149 母(はは)が ＿＿＿＿＿ 、みんなで心配(しんぱい)しています。

1　入院(にゅういん)したことがあって
2　入院(にゅういん)したことにして
3　入院(にゅういん)することになって
4　入院(にゅういん)することにして

8 □□□

ぶんぽう

もじ

147 **4** **最近**、忙しそうだけど、無理をしないで。

You seem really busy lately, please do not overdo it.
Chị gần đây có vẻ bận bịu nhưng nhớ đừng làm quá sức nhé.

最	**サイ**：最近・最後 last, end / trước sau・最初 first / đầu tiên
忙	**いそが (-しい)**：忙しい
無	**ム**：無理な・無料 free / không mất tiền, miễn phí
	な (-い)：無い is not, does not exist / không có

ごい

148 **2** 毎日レストランで食事をするなんて、お金が**もったいなくて**できません。

I can't eat out in restaurants every day, I think it is a waste of money.
Ngày nào cũng ăn ở nhà hàng thì lãng phí tiền, tôi không làm được.

もったいない	wasteful / lãng phí, tiếc
ぜいたくな	luxurious / xa xỉ
貧乏な	(びんぼうな)　poor / nghèo

ぶんぽう

149 **3** 母が**入院することになって**、みんなで心配しています。

My mother is going to have to be hospitalized, so everyone is worried.
Mẹ tôi phải nhập viện làm tất cả lo lắng.

V ことになる　be going to ... / quyết định V

◆ 来月、転勤する**ことになりました**。

V ことにする　decide to ... / sẽ V, phải V

◆ 私は、毎朝、野菜ジュースを飲む**ことにしています**。

150 きれいな<u>かい</u>でしょう。先週末、南の島でひろったの。

1　買
2　見
3　員
4　貝

もじ

9 □□□

151 またこんなに部屋(へや)を散(ち)らかして…。 ＿＿＿＿＿ ね。

1　だらしない
2　あやしい
3　くだらない
4　しつこい

ごい

9 □□□

152 A「今週(こんしゅう)の土曜日(どようび)、お花見(はなみ)ですね。」
B「ええ、雨(あめ)が ＿＿＿＿＿ ですが。」

1　降(ふ)らなくてもいい
2　降(ふ)らないといい
3　降(ふ)りにくい
4　降(ふ)らないでいい

ぶんぽう

9 □□□

もじ

150 **4** きれいな**貝**(かい)でしょう。先週末(せんしゅうまつ)、南(みなみ)の島(しま)でひろったの。

It is a pretty shell, isn't it? I found it at an island in the south last weekend.
Con sò đẹp phải không? Tôi nhặt được ở đảo phương Nam cuối tuần trước đấy.

貝	**かい**：貝(かい)
末	**マツ**：週末(しゅうまつ)・月末(げつまつ) end of the month / cuối tháng 年末(ねんまつ) end of the year / cuối năm
島	**しま**：島(しま)

ごい

151 **1** またこんなに部屋(へや)を散(ち)らかして…。**だらしない**ね。

Your room has gotten this messy again. You are so sloppy.
Lại bày bừa ra phòng thế này... Cậu lôi thôi thế!

だらしない		sloppy / lôi thôi, luộm thuộm
怪しい	(あやしい)	suspicious / lạ lùng, kỳ quặc, khả nghi, đáng ngờ
くだらない		worthless / không có giá trị, vô tích sự
しつこい		persistent, pesky / nhằng nhẵng, bám dai, nói dai

ぶんぽう

152 **2** A「今週(こんしゅう)の土曜日(どようび)、お花見(はなみ)ですね。」
B「ええ、雨(あめ)が**降(ふ)らないといい**ですが。」

A: "We are going cherry blossom viewing this Saturday."
B: "Yes, I hope it does not rain."
A: Thứ bảy tuần này đi ngắm hoa anh đào nhỉ!
B: Ừ, trời không mưa thì tốt mà không biết thế nào.

～といい I hope ～ / thì tốt ⇔ ～といやだ

◆ 明日(あした)、晴(は)れる**といい**ですね。

＊明日(あした)、雨(あめ)だといやですね。

153 歯医者で歯をぬいた日、血がなかなか止まらなくて<u>困った</u>。

1　こまった
2　まいった
3　あせった
4　つまった

10 □□□

もじ

154 中学から高校の６年間、田中先生に英語を ＿＿＿＿ 。

1　おそわれました
2　まなばれました
3　おそわりました
4　まなばされました

10 □□□

ごい

155 寒いと思ったら、窓が ＿＿＿＿ いた。

1　開けて
2　閉めて
3　開いて
4　閉まって

10 □□□

ぶんぽう

こたえ

もじ

153 **1** 歯医者で歯をぬいた日、血がなかなか止まらなくて**困った**。

The day I had my tooth pulled by a dentist, I was worried because it just would not stop bleeding.
Hôm nhổ răng ở chỗ bác sỹ, tôi khốn khổ vì máu mãi không cầm được.

歯 **は**：歯・歯医者

血 **ち**：血

困 **コン**：困難 difficulty / khó khăn

こま (-る)：困る

ごい

154 **3** 中学から高校の６年間、田中先生に英語を**教わりました**。

I had Mr. Tanaka as my English teacher for six years from junior high school to senior high school.
Tôi được thày Tanaka dạy tiếng Anh 6 năm từ hồi cấp hai đến cấp ba.

教わる (おそわる) be taught / được dạy

おそう attack / tấn công ◆ 熊に**おそわれた**。

学ぶ (まなぶ) learn / học

ぶんぽう

155 **3** 寒いと思ったら、窓が**開いて**いた。

I thought it was cold, then I realized the window was open.
Cứ nghĩ sao trời lạnh, hóa ra là cửa sổ mở.

Vている was (in the state of) / đang V ＊V＝自動詞 intransitive verb / tự động từ

◆ 電気が**ついている**。

◆ ポケットにお金が**入っている**。

156 この本の第一課から、<u>復習</u>しましょう。

1　ふくしい
2　ふうしい
3　ふくしゅう
4　ふうしゅう

もじ

11 □□□

157 まず、今日(きょう)の ＿＿＿＿ ニュースからお伝(つた)えいたします。

1　おもな
2　かなりの
3　たいした
4　たいへん

ごい

11 □□□

158 A「一郎(いちろう)の試験(しけん)、どうだったのかなあ。」
B「発表(はっぴょう)は明日(あした)だけれど、＿＿＿＿ よ。」

1　だめだった
2　だめらしい
3　だめようだ
4　だめなみたいだ

ぶんぽう

11 □□□

もじ

156 **3** この本の第一課から、**復習**しましょう。

Let's review starting from the first chapter of this book.
Nào chúng ta hãy ôn từ Bài 1 của cuốn sách này!

第 **ダイ**：第一、第二、第三… number 1, number 2, number 3 ... / thứ nhất, thứ hai, thứ ba

課 **カ**：課・課長 section manager / trưởng nhóm

博士課程 doctoral program / khóa học tiến sỹ

復 **フク**：復習する・回復する recover / phục hồi

ごい

157 **1** まず、今日の**主な**ニュースからお伝えいたします。

First of all, these are the headlines from today's news.
Trước tiên, chúng tôi xin được bắt đầu từ những tin chính trong ngày.

主な（おもな） main / chính

かなり pretty, quite / khá là

大した（たいした） ◆ **大した**～ではない ~ is not a big deal / không phải là ~ to tát lắm

大変な（たいへんな） ① greatly, ② difficult / vất vả, khó khăn

ぶんぽう

158 **2** A「一郎の試験、どうだったのかなあ。」

B「発表は明日だけれど、**だめらしい**よ。」

OK だめなようだ／だめみたいだ

A: "I wonder how Ichiro's test went."
B: "The exam result announcement is tomorrow, but it looks like it did not go so well."
A: Thi cử của thằng Ichiro không biết thế nào rồi đây.
B: Ngày mai là công bố kết quả nhưng hình như là không làm bài được sao đấy.

～らしい seem like ~ , apparently ~ / hình như, nghe đâu

- 田中さん、会社を辞める**らしい**ですよ。
- 田中さんの話では、仕事は大変だった**らしい**ですね。

159 Ａ社は原料を輸入して、<u>せいひん</u>を輸出している。

1　制品
2　製品
3　商品
4　正品

12 □□□

もじ

160 新宿(しんじゅく)へ行(い)くなら、向(む)こうのホームから東京(とうきょう) ＿＿＿＿＿ の電車(でんしゃ)に乗(の)らないとだめですよ。

1　止(と)まり
2　行(い)き
3　発(はつ)
4　先(さき)

12 □□□

ごい

161 家(いえ)を ＿＿＿＿＿ 、急(きゅう)に雨(あめ)が降(ふ)ってきた。

1　出(で)たままで
2　出(で)られたのに
3　出(で)ようと思(おも)って
4　出(で)ようとしたときに

12 □□□

ぶんぽう

こたえ

もじ

159 **2** A社は原料を輸入して、**製品**を輸出している。

Company A imports materials and exports the products.
Công ty A nhập khẩu nguyên liệu và xuất khẩu thành phẩm.

原	ゲン	：原料
	はら	：野原 field / cánh đồng, thảo nguyên
製	セイ	：製品・製作する manufacture / chế tạo, chế tác
制	セイ	：制度 system / chế độ・体制 system, structure / thể chế, hệ thống 制作する work, produce / sáng tác, chế tác, làm

ごい

160 **2** 新宿へ行くなら、向こうのホームから東京**行き**の電車に乗らないとだめですよ。

If you are going to Shinjuku, you need to get on a train heading for Tokyo at the platform over there.
Nếu mà đi Shinjuku thì phải lên tàu điện đi ga Tokyo từ sảnh đợi tàu phía bên kia cơ!

～行き	(～いき)	◆ 東京**行き** for Tokyo, Tokyo bound / đi Tokyo
～止まり	(～どまり)	◆ 東京**止まり** stopping at Tokyo, last stop Tokyo / dừng lại ở Tokyo
～発	(～はつ)	◆ 東京**発** departing from Tokyo / khởi hành từ Tokyo
～先	(～さき)	◆ 行く**先**／行き**先** destination / nơi đến

ぶんぽう

161 **4** 家を**出ようとしたときに**、急に雨が降ってきた。

It started raining just as I was leaving the house.
Khi định đi ra khỏi nhà thì bỗng mưa ập đến.

Vようとしたとき（に） when trying to ～ / khi định V

- ◆ お風呂に**入ろうとしたとき**、電話がかかってきた。
- ◆ **乗ろうとしたとき**、電車のドアが閉まった。

162 アンケート<u>調査</u>にご協力をお願いします。

1　ちょうさ
2　ちゅうさ
3　ちょうしゃ
4　ちゅうしゃ

もじ

13 □□□

163 3時(じ)から会議室(かいぎしつ)で、新(あたら)しい企画(きかく)の ＿＿＿＿ をします。

1　待(ま)ち合(あ)わせ
2　組(く)み合(あ)わせ
3　問(と)い合(あ)わせ
4　打(う)ち合(あ)わせ

ごい

13 □□□

164 いいにおいが ＿＿＿＿ が、何(なん)のにおいでしょうか。

1　きます
2　なります
3　あります
4　します

ぶんぽう

13 □□□

こたえ

162 **1** アンケート**調査**にご協力をお願いします。

Please fill out the questionnaire.
Xin anh vui lòng hợp tác trả lời câu hỏi thăm dò.

もじ

[調] **チョウ**：調整する adjust / điều phối・強調する emphasize / nhấn mạnh
しら (-べる)：調べる look something up, investigate / tra, điều tra, tìm hiểu

[協] **キョウ**：協力する・協調する cooperate / hợp tác, hiệp sức, cùng chung sức

[願] **ねが** (-う)：願う wish / cầu chúc, cầu nguyện

163 **4** 3時から会議室で、新しい企画の**打ち合わせ**をします。

We will have a meeting about a new project at 3:00 in the conference room.
Chúng tôi sẽ họp bàn về kế hoạch mới tại phòng họp từ 3 giờ.

ごい

打ち合わせ	(うちあわせ)	meeting / họp
待ち合わせ	(まちあわせ)	get together, meet up / đợi
組み合わせ	(くみあわせ)	combination / ghép, tổ hợp
問い合わせ	(といあわせ)	inquiry / hỏi, liên hệ để hỏi

164 **4** いいにおいが**します**が、何のにおいでしょうか。

Something smells good, but what could it be?
Có mùi thơm mà không biết mùi gì đấy nhỉ?

ぶんぽう

～がする　＊味がする、においがする、音がする

- 隣の部屋で人の話し声**がして**います。
- このみそ汁、なんか変な味**がする**よ。

165 窓を開けると、<u>すずしい</u>風が入ってくる。

1　忙しい
2　涼しい
3　楽しい
4　悲しい

14 □□□

166 今(いま)からだと映画(えいが)に間(ま)に合(あ)うかどうかわからないが、＿＿＿＿ 行(い)ってみよう。

1　とにかく
2　いきなり
3　せっかく
4　どうか

14 □□□

167 この辺(へん)の小学生(しょうがくせい)は、＿＿＿＿ かわいいですね。

1　子供(こども)らしくて
2　子供(こども)のようで
3　子供(こども)のままで
4　子供(こども)みたいで

14 □□□

こたえ

もじ

165 **2** 窓を開けると、<u>**涼しい**</u>風が入ってくる。

When you open the window, a cool breeze blows through.
Vừa mở cửa sổ thì một luồng gió mát ùa vào.

- 窓 **まど**：窓
- 涼 **すず**（-しい）：涼しい
- 悲 **ヒ**：悲劇 tragedy / bi kịch
  - **かな**（-しい/-しむ）：悲しい sad / đau buồn
  - 悲しむ be sad, lament / đau buồn, than khóc

ごい

166 **1** 今からだと映画に間に合うかどうかわからないが、<u>**とにかく**</u>行ってみよう。

I do not know if we will make it to the movie if we leave now, but let's try and see.
Bây giờ thì không biết có kịp giờ chiếu phim hay không nhưng thôi thì cứ thử đi cái đã nào!

とにかく	anyway, first of all / thôi thì, tạm thời, trước mắt（＝とりあえず）
せっかく～のに	though (one went through the trouble of) ~ đã mất công ~ vậy mà, được dịp ~ vậy mà ◆ **せっかく**行った**のに**、その店は休みだった。
いきなり	suddenly / bất thình lình

ぶんぽう

167 **1** この辺の小学生は、<u>**子供らしくて**</u>かわいいですね。

The elementary school kids around here are childlike and cute.
Học sinh tiểu học ở khu này đáng yêu đúng kiểu trẻ thơ nhỉ.

Nらしい –ish, –like, befitting ~ / đúng kiểu, đúng nghĩa, ra dáng

◆ 今日は、本当に<u>春**らしい**</u>暖かい日でした。

◆ 私は<u>女**らしい**</u>洋服が好きです。

168 ランチには飲み物が付いております。温かいのも冷たいのもございます。

1　ひえたい
2　ひやたい
3　つめたい
4　すめたい

15 □□□

もじ

169 夕(ゆう)べは、久(ひさ)しぶりに会(あ)った高校時代(こうこうじだい)の友人(ゆうじん)と、遅(おそ)くまで楽(たの)しく ＿＿＿＿ 。

1　しゃべり出(だ)した
2　語(かた)り合(あ)った
3　言(い)い合(あ)った
4　話(はな)しかけた

15 □□□

ごい

170 しっぽを引(ひ)っ張(ぱ)るのはやめなさい。猫(ねこ)が ＿＿＿＿ でしょ。

1　いやがっている
2　いやだらしい
3　いやなはずがない
4　いやにしたい

15 □□□

ぶんぽう

こたえ

もじ

168 **3** ランチには飲み物が付いております。温かいのも**冷たい**のもございます。

Lunch comes with a drink. We have hot and cold.
Bữa trưa có kèm theo đồ uống. Có cả đồ uống nóng và cả đồ uống lạnh.

付 **つ (-く /-ける)**：～が付く・～を付ける include ~ (with) / kèm thêm, gắn, đính

温 **オン**：温度 temperature / nhiệt độ・気温 temperature / nhiệt độ không khí
体温計 thermometer / cặp nhiệt độ・温暖な warm, temperate / ấm áp
あたた (-かい)：温かい

冷 **レイ**：冷蔵庫 refrigerater, fridge / tủ lạnh・冷房 air conditioning / máy lạnh
つめ (-たい)：冷たい
ひ (-える /-やす)：冷える grow cold, get chilly / lạnh・冷やす cool, chill / làm lạnh, làm

ごい

169 **2** 夕べは、久しぶりに会った高校時代の友人と、遅くまで楽しく**語り合った**。

I was talking happily with a friend I had not seen for a long time since senior high school until late last night.
Tối qua, tôi chuyện trò rất vui đến tận khuya với người bạn cấp ba lâu ngày mới gặp.

語り合う（かたりあう） have a talk / chuyện trò ＊「語る」は「話す」の硬い言い方

しゃべる talk, chat / nói chuyện, nói chuyện phiếm, tán gẫu

言い合う（いいあう） quarrel / nói nhau, cãi nhau

話しかける（はなしかける） talk to / nói chuyện

ぶんぽう

170 **1** しっぽを引っ張るのはやめなさい。猫が**嫌がっている**でしょ。

Stop pulling the cat's tail. It does not like it.
Thôi trò kéo đuôi đi. Mèo không thích đâu.

～がる show signs of being ~ / (có vẻ, tỏ ra) ~

- 怖**がらない**で。
- この時計は、みんながほし**がる**でしょう。
- 恥ずかし**がらない**で、みんなの前で話してください。

171 昨日の晩は雪が降ったが、今朝は<u>晴れて</u>いる。

1　あれて
2　なれて
3　はれて
4　かれて

16 □□□

もじ

172 リンさんはもう一週間（いっしゅうかん）も学校（がっこう）を休（やす）んでいますね。
だれか、彼（かれ）の ＿＿＿＿ を知（し）りませんか。

1　様子（ようす）
2　態度（たいど）
3　格好（かっこう）
4　症状（しょうじょう）

16 □□□

ごい

173 うちの犬（いぬ）は、夕方（ゆうがた）の５時（じ）になると散歩（さんぽ）に ＿＿＿＿ 。

1　行（い）きがります
2　行（い）きたがります
3　行（い）きほしがります
4　行（い）きたいがります

16 □□□

ぶんぽう

171 **3** 昨日の晩は雪が降ったが、今朝は**晴れて**いる。

It snowed last night but it is clear this morning.
Tối qua tuyết rơi nhưng sáng nay trời lại hửng nắng.

もじ

昨	**サク**：昨日　＊昨日
雪	**ゆき**：雪
晴	**は**（-れる）：晴れる・晴れ sunny / nắng

172 **1** リンさんはもう一週間も学校を休んでいますね。だれか、彼の**様子**を知りませんか。

Mr. Lin has not come to school for a week. Does anyone know what happened to him?
Linh đã nghỉ học được một tuần rồi nhỉ. Có ai biết tình hình của cậu ấy không?

ごい

様子（ようす）　appearance, situation / tình hình, bộ dạng

態度（たいど）　attitude / thái độ

格好（かっこう）　form, appearance / bộ dạng,dáng

＊格好いい cool / đẹp, đẹp trai, trông phong cách

症状（しょうじょう）　symptom / triệu chứng

173 **2** うちの犬は、夕方の５時になると散歩に**行きたがります**。

My dog wants to go for a walk at 5:00 in the evening.
Con chó nhà tôi cứ đến 5 giờ chiều là muốn đi dạo.

ぶんぽう

Vたがる　(third party) want to ~ / muốn V (dùng cho ngôi thứ ba)

- 田中さんは、仕事を辞め**たがって**います。
- 娘は、食事の後、必ず甘いものを食べ**たがります**。

174 石油ストーブを消し忘れると、火事のげんいんになります。

1 原因
2 原困
3 原団
4 原回

17 □□□

もじ

175 料理(りょうり)の仕方(しかた)を ＿＿＿＿ 、カロリーの低(ひく)い食事(しょくじ)を作(つく)りましょう。

1 使用(しよう)して
2 解決(かいけつ)して
3 工夫(くふう)して
4 修理(しゅうり)して

17 □□□

ごい

176 あ、もう８時(じ)だ。早(はや)く ＿＿＿＿ 。

1 出(で)かけなかったら
2 出(で)かけないなら
3 出(で)かけなくても
4 出(で)かけないと

17 □□□

ぶんぽう

こたえ

もじ

174 **1** 石油(せきゆ)ストーブを消(け)し忘(わす)れると、火事(かじ)の**原因**(げんいん)になります。

Forgetting to turn off oil heaters can cause fires.
Nếu quên tắt lò sưởi đốt bằng dầu thì sẽ dẫn đến hỏa hoạn.

[油] **ユ**：しょう油(ゆ) soy sauce / xì dầu・石油(せきゆ)
あぶら：油(あぶら) oil / dầu, mỡ

[忘] **ボウ**：忘年会(ぼうねんかい) year-end party / liên hoan tổng kết cuối năm
わす (-れる)：忘(わす)れる・忘(わす)れ物(もの) lost item / đồ để quên

[因] **イン**：原因(げんいん)

ごい

175 **3** 料理(りょうり)の仕方(しかた)を**工夫(くふう)して**、カロリーの低(ひく)い食事(しょくじ)を作(つく)りましょう。

Let's put more effort into making low-calorie meals.
Chúng ta hãy tìm tòi phương pháp nấu để chế biến những bữa ăn ít calo.

工夫する（くふうする） devise / tìm tòi
使用する（しようする） use / sử dụng
解決する（かいけつする） solve, settle / giải quyết
修理する（しゅうりする） repair / sửa chữa

ぶんぽう

176 **4** あ、もう８時(じ)だ。早(はや)く**出(で)かけないと**。

Oh, it's already 8:00. I should leave soon.
Ôi, đã 8 giờ rồi. Phải đi sớm thôi!

Vないと **Vなくちゃ** （＝Ｖなければならない）

- お客(きゃく)さんが来(く)るから掃除(そうじ)し**ないと**。
- 明日(あした)漢字(かんじ)のテストがあるから、勉強(べんきょう)し**なくちゃ**。

177 検査の前は、飲食もタバコも禁止です。

1　ちゅうし
2　ていし
3　きんえん
4　きんし

もじ

18 □□□

178 そんな ________ ホテルには泊(と)まったことがない。

1　本物(ほんもの)の
2　人気(にんき)な
3　上級(じょうきゅう)の
4　高級(こうきゅう)な

ごい

18 □□□

179 毎日練習(まいにちれんしゅう)しているのに、________ 上手(じょうず)になりません。

1　ちっとも
2　少(すこ)しだけ
3　めったに
4　おそらく

ぶんぽう

18 □□□

もじ

177 **4** 検査の前は、飲食もタバコも**禁止**です。

You cannot eat, drink, or smoke before taking the medical exam.
Trước khi làm xét nghiệm, cả ăn uống lẫn thuốc lá đều bị cấm.

- 検 ケン：検査する・検索 searching (for) / tra, tìm kiếm
- 査 サ：調査する investigate / thăm dò, điều tra・検査する
- 禁 キン：禁止する

ごい

178 **4** そんな**高級な**ホテルには泊まったことがない。

I have never stayed at such a high-class hotel.
Tôi chưa bao giờ nghỉ ở khách sạn cao cấp như thế này.

高級な	(こうきゅうな)	high-class/grade / cao cấp
本物	(ほんもの)	the real thing / đồ thật ⇔ にせ物
人気	(にんき)	popularity / ưa chuộng, ưa thích
上級	(じょうきゅう)	upper level / cao cấp, bậc cao

ぶんぽう

179 **1** 毎日練習しているのに、**ちっとも**上手になりません。 **OK** 少しも

I practice every day but I am not improving at all.
Tôi luyện tập hàng ngày mà chẳng giỏi lên tí nào.

ちっとも～ない

◆ これは**ちっとも**難しく**ない**。(＝全然難しくない)

めったに～ない

◆ 私は**めったに**パンを食べ**ない**。(＝ほとんどパンを食べない)

おそらく～だろう

◆ 田中さんは**おそらく**来ない**だろう**。(＝たぶん来ないだろう)

180 オリンピック選手に選ばれて、夢が<u>じつげん</u>した。

1　事実
2　実験
3　現実
4　実現

もじ

19 □□□

181 A「新(あたら)しい仕事(しごと)はどう？」
B「まあまあ ＿＿＿＿ よ。」

1　気(き)にしている
2　気(き)になっている
3　気(き)に入(い)っている
4　気(き)にかけている

ごい

19 □□□

182 失敗(しっぱい)してもあきらめないで、もう一度(いちど) ＿＿＿＿ 。

1　やってみれ
2　やってごらん
3　やってなさい
4　やってなされ

ぶんぽう

19 □□□

こたえ

もじ

180 **4** オリンピック選手に選ばれて、夢が**実現**した。

My dream of becoming an Olympic athlete has come true.
Giấc mơ được trở thành vận động viên Olimpic của tôi đã trở thành hiện thực.

[選] **セン**：選手・選挙 election / tuyển cử, bầu cử　**えら (-ぶ)**：選ぶ

[実] **ジツ**：実現する・事実 fact / sự thật・実験 experiment / thực nghiệm

み：実 fruit, nut / quả　**みの (-る)**：実る bear fruit / chín

[現] **ゲン**：現在 the present / hiện tại・表現 expression / cách nói, cách diễn đạt

現金 cash / tiền mặt

あらわ (-れる /-す)：現れる appear / được thể hiện, xuất hiện

現す appear / thể hiện, biểu thị, diễn đạt

ごい

181 **3** A「新しい仕事はどう？」

B「まあまあ**気に入っている**よ。」

A: "How is your new job?"　B: "I like it a little."
A: Công việc mới thế nào?　B: Cũng tàm tạm thích.

気に入る	(きにいる)	like, take a fancy to / thích, ưng ý
気にする	(きにする)	worry about, care about / bận tâm
気になる	(きになる)	want to know / băn khoăn, muốn biết
気にかける	(きにかける)	care for / để tâm

ぶんぽう

182 **2** 失敗してもあきらめないで、もう一度**やってごらん**。

If you fail, don't give up. Just try one more time.
Thất bại cũng đừng nản mà hãy thử làm lại một lần nữa xem sao!

Vてごらん（なさい）　＊「～してみなさい」の柔らかい言い方
gentler way of saying "～してみなさい"
cách nói nhẹ nhàng lịch sự của してみなさい

- わからなかったら、先生に**聞いてごらんなさい**。
- これ、おいしいよ。一度、**食べてごらん**。

183 日本の歴史について<u>論文</u>を書いています。

1　ろんぶん
2　るんぶん
3　らんぶん
4　りんぶん

もじ

20 □□□

184 両親(りょうしん)が日本(にほん)に来(く)るけれど、仕事(しごと)があるので空港(くうこう)まで ________ 行(い)けない。

1　みおくりに
2　むかえに
3　たすけに
4　まねきに

ごい

20 □□□

185 私(わたし)の名前(なまえ)は、________ 書(か)きます。

1　こんなに
2　こう
3　こういう
4　こういうふう

ぶんぽう

20 □□□

こたえ

もじ

183 **1** 日本(にほん)の歴史(れきし)について**論文(ろんぶん)**を書(か)いています。

I am writing my thesis about Japanese history.
Tôi đang viết luận văn về lịch sử Nhật Bản.

歴 **レキ**：歴史(れきし)

史 **シ**：日本史(にほんし) Japanese history / lịch sử Nhật Bản

世界史(せかいし) world history / lịch sử thế giới

論 **ロン**：論文(ろんぶん)・結論(けつろん) conclusion / kết luận

議論(ぎろん)する argue, discuss / tranh luận, thảo luận

ごい

184 **2** 両親(りょうしん)が日本(にほん)に来(く)るけれど、仕事(しごと)があるので空港(くうこう)まで**迎(むか)えに**行(い)けない。

My parents are coming to Japan but I cannot pick them up at the airport because I have to work.
Bố mẹ tôi đến Nhật Bản nhưng tôi vì công việc nên không thể lên sân bay đón được.

迎える（むかえる） meet, welcome / đón ◆ **迎(むか)え**に行(い)く

見送る（みおくる） send, see off / tiễn ◆ **見送(みおく)り**に行(い)く

助ける（たすける） ◆ 命(いのち)を**助(たす)ける** save someone's life / cứu mạng

◆ 仕事(しごと)を**助(たす)ける** help someone with their job / giúp đỡ việc

招く（まねく） beckon, invite / mời ◆ パーティーに**招(まね)かれる**

ぶんぽう

185 **2** 私(わたし)の名前(なまえ)は、**こう**書(か)きます。 **OK** こういうふうに／こんなふうに

This is how I write my name. / Tên của tôi viết như thế này.

こう **そう** **ああ** **どう**

◆ 田中(たなか)さんは結婚(けっこん)しているが、**そう**は見(み)えない。

こういう **そういう** **ああいう** **どういう**

◆ それは**どういう**意味(いみ)ですか。

こういうふうな **そういうふうな** **ああいうふうな** **どういうふうな**

◆ 先生(せんせい)に、**ああいうふうな**言(い)い方(かた)をするのは失礼(しつれい)ですよ。

186 ファイルを作成し、保存しましょう。

1　ほそん
2　ほぞん
3　ほぜん
4　ほじょん

もじ

21 □□□

187 忘(わす)れるといけないから、手帳(てちょう)に ＿＿＿＿ をしておこう。

1　プリント
2　メモ
3　レポート
4　ノート

ごい

21 □□□

188 日曜日(にちようび)は、家(いえ)で DVD を ＿＿＿＿ 過(す)ごしています。

1　見(み)ようとして
2　見(み)たりして
3　見(み)るために
4　見(み)るままで

ぶんぽう

21 □□□

こたえ

もじ

186 **2** ファイルを作成し、**保存**しましょう。

Let's make a new file and save it.
Chúng ta hãy tạo file và lưu nó lại!

成	セイ：作成する
	成長する grow / trưởng thành, phát triển・成人 adult / người lớn
	な（-る）：成田国際空港 Narita International Airport / Sân bay Quốc tế Narita
保	ホ：保存する・保証する guarantee / bảo lãnh
存	ソン：存在する exist / tồn tại
	ゾン：保存する・存じる／ずる know (humble form) / biết (khiêm tốn ngữ)

ごい

187 **2** 忘れるといけないから、手帳に**メモ**をしておこう。

This is something I need to remember, so I will write it down in my notebook.
Quên là không được nên tôi sẽ ghi chép vào cuốn sổ tay.

メモ	memo / ghi nhớ ◆ **メモを取る** make notes / ghi sổ
プリント	handout / bài tập phô tô, bản in
レポート	report, paper / báo cáo
ノート	notebook / quyển vở

ぶんぽう

188 **2** 日曜日は、家でDVDを**見たりして**過ごしています。

I usually stay home and watch DVDs on Sundays.
Chủ nhật, tôi thường ở nhà xem DVD hay làm gì đấy.

Vたりする （＝Vなどをする）

◆ うそを**ついたりして**はいけません。

V1 たり V2 たりする do (things such as) V1 and V2 / khi thì V1 khi thì V2

◆ **行ったり来たりする**。

◆ **見たり聞いたりする**。

189 しゅしょうは消費税を上げると言った。

1　首相
2　主相
3　首長
4　主長

22 □□□

もじ

190 けんかでもしているのか、外(そと)がとても ＿＿＿＿ 。

1　はげしい
2　ずうずうしい
3　さわがしい
4　にぎやかしい

22 □□□

ごい

191 中国(ちゅうごく)で大(おお)きな地震(じしん)があったというニュースが ＿＿＿＿ 。

1　伝(つた)えられました
2　伝(つた)ってきました
3　伝(つた)えてきました
4　伝(つた)わられました

22 □□□

ぶんぽう

こたえ

もじ

189 **1** **<u>首相(しゅしょう)</u>**は消費税(しょうひぜい)を上(あ)げると言(い)った。

The Prime Minister said that he would raise the consumption tax.
Thủ tướng nói rằng sẽ tăng thuế thu tiêu dùng.

[相] **ソウ**：相談(そうだん)する consult, discuss, seek advice / bàn　**ショウ**：首相(しゅしょう)

あい：相手(あいて) opponent, competitor / đối tác

＊相撲(すもう) sumo wrestling / võ Sumo, võ sỹ Sumo

[費] **ヒ**：費用(ひよう) expense, cost / chi phí・食費(しょくひ) food expense / tiền ăn

交通費(こうつうひ) transportation expenses / tiền đi lại

[税] **ゼイ**：税金(ぜいきん) tax / tiền thuế・税関(ぜいかん) customs / thuế quan・消費税(しょうひぜい)

ごい

190 **3** けんかでもしているのか、外(そと)がとても**<u>さわがしい</u>**。

I wonder if someone is fighting, it is very noisy outside.
Không biết có phải là cãi nhau không mà bên ngoài rất ầm ĩ.

さわがしい	noisy / ầm ĩ（＝そうぞうしい）
はげしい	intense, violent, rough / mạnh mẽ
ずうずうしい	insolent / trơ tráo, vô liêm sỉ, mặt dạn mày dày

ぶんぽう

191 **1** 中国(ちゅうごく)で大(おお)きな地震(じしん)があったというニュースが**<u>伝(つた)えられました</u>**。

The news said there was a big earthquake in China.
Tin xảy ra động đất lớn ở Trung Quốc đã được truyền đi.

Vられる　＊受身形(うけみけい) passive form / thể bị động

- 富士山(ふじさん)は日本一(にほんいち)美(うつく)しい山(やま)だと<u>言(い)**われて**</u>います。
- この表現(ひょうげん)は会話(かいわ)でよく<u>使(つか)**われます**</u>。

192 規則を<u>守りましょう</u>。

1　なのりましょう
2　ともりましょう
3　まもりましょう
4　たよりましょう

23 □□□

もじ

193 仕事(しごと)が忙(いそが)しいので、人(ひと)をもう一人(ひとり) ＿＿＿＿＿ ことにした。

1　やとう
2　つとめる
3　まぜる
4　あずける

23 □□□

ごい

194 友達(ともだち)の赤(あか)ちゃんを預(あず)かったのですが、＿＿＿＿＿ 困(こま)りました。

1　泣(な)けば
2　泣(な)かせて
3　泣(な)かれて
4　泣(な)いてられて

23 □□□

ぶんぽう

こたえ

もじ

192 **3** 規則を**守りましょう**。

Please obey the rules.
Hãy cùng nhau tuân thủ nội quy!

規 キ：新規 new / mới・規則・定規 ruler (for measuring) / thước đo

則 ソク：規則・法則 law / luật

守 ス：留守 not home, being away from home / vắng nhà

シュ：守備 defense / phòng bị, phòng thủ

まも（-る）：守る

ごい

193 **1** 仕事が忙しいので、人をもう一人**雇う**ことにした。

Since I am so busy, I have decided to hire another person.
Công việc bận rộn nên tôi quyết định thuê thêm một người nữa.

雇う（やとう） employ, hire / thuê, mướn

勤める（つとめる） work, be employed / làm việc

混ぜる（まぜる） stir, mix / trộn

預ける（あずける） entrust / gửi

ぶんぽう

194 **3** 友達の赤ちゃんを預かったのですが、**泣かれて**困りました。

I volunteered to take care of my friend's baby but I had a hard time because he cried a lot.
Tôi trông giữ đứa con nhỏ của bạn mà bị nó khóc cho, đến khổ.

Vられる ＊自動詞の受身形
passive voice of intransitive verb / thể bị động của tự động từ

＊そのことによって困る状態になったことを表す
displaying that we are in trouble due to that
Diễn tả một việc rằng vì việc đó mà dẫn đến tình trạng khó khăn

◆ 駅へ行く途中で雨に降**られました**。

◆ 父に死**なれて**、生活が苦しくなりました。

195 この書類は機械に読ませますから、<u>おり</u>曲げないでください。

1　祈り
2　折り
3　税り
4　祝り

24 □□□

もじ

196 A「田中(たなか)さんは、フランス語(ご)が ＿＿＿＿ だそうだね。」
B「ああ、留学(りゅうがく)していたんだって。」

1　はきはき
2　ぺらぺら
3　ぶつぶつ
4　ぶらぶら

24 □□□

ごい

197 田中(たなか)さん、社長(しゃちょう)が今(いま)すぐ部屋(へや)に ＿＿＿＿ と言(い)っていますよ。

1　こい
2　こよう
3　きろ
4　きよう

24 □□□

ぶんぽう

もじ

195 **2** この書類は機械に読ませますから、**折り**曲げないでください。

These documents will be put through a machine so please do not fold them.
Những giấy tờ này đừng gấp vì máy sẽ không đọc được.

類 **ルイ**：書類・種類 type, kind / loại・分類する classify / phân loại

械 **カイ**：機械

折 **セツ**：右折 turn right / rẽ phải・左折 turn left / rẽ trái
骨折する break a bone / gãy xương

お (-れる /-る)：折れる break, fold / gãy・折る

ごい

196 **2** A「田中さんは、フランス語が**ぺらぺら**だそうだね。」
B「ああ、留学していたんだって。」

A: "I heard Mr. Tanaka is fluent in French."
B: "Yes, apparently he studied there."
A: Nghe nói anh Tanaka nói tiếng Pháp giỏi lắm nhỉ.
B: À, nghe đâu anh ấy đã đi du học rồi ấy mà.

ぺらぺら
- 英語が**ぺらぺら**だ be fluent in English / nói tiếng Anh giỏi
- **ぺらぺら**の紙 thin paper / tờ giấy mỏng dính

はきはき
- **はきはき**答える
answer the questions promptly and clearly / trả lời dõng dạc

ぶつぶつ
- **ぶつぶつ**言う complain, mutter / nói lẩm bẩm, cằn nhằn

ぶんぽう

197 **1** 田中さん、社長が今すぐ部屋に**来い**と言っていますよ。

Mr. Tanaka, the president wants you to come to his office immediately.
Anh Tanaka, giám đốc nói anh hãy đến phòng gặp giám đốc ngay bây giờ đấy!

Vしろと（言う） **Vしろって（言う）**

(tell) someone to do something ⟨relaying an order⟩ / (nói) rằng hãy V

- 毎日、母に早く起き**ろって言われて**います。
- テスト中は携帯電話の電源を切**れと書いて**ありますよ。

Vるなと（言う）

(tell) someone not to do something ⟨relaying an order⟩ / (nói) rằng không được V

- 妻に家ではタバコを吸う**なと言われて**いる。

198 紙の表とうらを間違えないように確かめてください。

1　ひょう
2　びょう
3　おもて
4　あらわ

25 □□□

もじ

199 台風（たいふう）の影響（えいきょう）で、今日（きょう）の大学（だいがく）の授業（じゅぎょう）はすべて ＿＿＿＿＿ になった。

1　休業（きゅうぎょう）
2　休（きゅう）
3　休憩（きゅうけい）
4　休講（きゅうこう）

25 □□□

ごい

200 ゼミの資料（しりょう）を一晩（ひとばん）で ＿＿＿＿＿ 上（あ）げた。

1　まとめ
2　まとめて
3　まとめる
4　まとめた

25 □□□

ぶんぽう

もじ

198 **3** 紙の**表**とうらを間違えないように確かめてください。

Please make sure you use the correct side of the sheet.
Hãy kiểm tra lại sao cho không bị nhầm mặt phải và mặt trái của tờ giấy.

表 **ヒョウ**：表 chart, table (in written documents) / bảng, biểu
発表する announce / phát biểu, công bố
おもて：表　**あらわ** (-す)：表す show, express / thể hiện, diễn tả, biểu hiện

違 **イ**：違反する violate / vi phạm
ちが (-う /-える)：違う different / khác・間違える

確 **カク**：正確な correct / chính xác・確認する confirm / xác nhận
たし (-か /-かめる)：確かに surely / đúng là, đích xác là・確かめる

ごい

199 **4** 台風の影響で、今日の大学の授業はすべて**休講**になった。

Today's classes at the university are all cancelled because of the typhoon.
Ảnh hưởng của cơn bão, tất cả các buổi học của trường đại học ngày hôm nay đều nghỉ.

休講（きゅうこう）　class cancellation / nghỉ, nghỉ giảng dạy

休業（きゅうぎょう）　suspension of business / nghỉ làm

休日（きゅうじつ）　holiday / ngày nghỉ

＊祝日 national holiday / ngày nghỉ lễ　＊平日 weekday / ngày thường

休憩（きゅうけい）　rest, break / nghỉ giải lao

ぶんぽう

200 **1** ゼミの資料を一晩で**まとめ**上げた。

I compiled all of the materials for the seminar in one night.
Hoàn thành tổng hợp tài liệu semina trong một tối.

V 上げる　complete, finish / hoàn thành V, V xong

- 今日中にレポートを書き**上げます**。
- 母は一人で５人の子供を育て**上げた**。

201 『幸福な王子』という物語を読んだ。

1　おうじ
2　おおじ
3　おうし
4　おおし

26 □□□

もじ

202 部屋（へや）がなかなか ＿＿＿＿ ね。エアコンが壊（こわ）れているのかな。

1　ひえない
2　さめない
3　こおらない
4　ひやさない

26 □□□

ごい

203 車（くるま）で空港（くうこう）まで ＿＿＿＿ と頼（たの）まれました。

1　送（おく）ろう
2　送（おく）るよう
3　送（おく）ってくれ
4　送（おく）ってくれる

26 □□□

ぶんぽう

こたえ

201 もじ

1 『幸福(こうふく)な**王子(おうじ)**』という物語(ものがたり)を読(よ)んだ。

I read the tale Koufuku na Ouji, The Happy Prince.
Tôi đã đọc truyện cổ tích "Hoàng tử hạnh phúc".

幸 **コウ**：幸福(こうふく)な・不幸(ふこう)な unhappy / bất hạnh
しあわ (-せ)：幸(しあわ)せな happy / hạnh phúc
さいわ (-い)：幸(さいわ)い fortunately / may mắn

福 **フク**：幸福(こうふく)な

王 **オウ**：王(おう) king / vua・女王(じょおう) queen / nữ hoàng・王子(おうじ)・王女(おうじょ) princess / công chúa

202 ごい

1 部屋(へや)がなかなか**冷(ひ)えない**ね。エアコンが壊(こわ)れているのかな。

The room is not getting any cooler. I wonder if the air conditioner is broken.
Phòng mãi mà không mát nhỉ! Hay là điều hòa bị hỏng?

冷える	(ひえる)	grow cold, get chilly / mát, lạnh	＊冷(ひ)やす
冷める	(さめる)	cool down, become cool / nguội	＊冷(さ)ます
凍る	(こおる)	freeze / đóng băng, đông đá	＊凍(こお)らせる

203 ぶんぽう

3 車(くるま)で空港(くうこう)まで**送(おく)ってくれ**と頼(たの)まれました。

I was asked to give him a ride to the airport.
Tôi bị người ta nhờ tiễn ra sân bay bằng xe ô tô.

～してくれと言う／言われる／頼む／頼まれる

(＝～するように言(い)う／言(い)われる／頼(たの)む／頼(たの)まれる)

- 明日(あした)は早(はや)く**来(き)てくれと言(い)われた**。
- 東京(とうきょう)を**案内(あんない)してくれと頼(たの)まれた**。
- いい人(ひと)を**紹介(しょうかい)してくれと言(い)われて**いる。

204 この機械を使うには、画面の<u>しじ</u>通りにしてください。

1　指示
2　支持
3　指事
4　私事

もじ

27 □□□

205 牛乳(ぎゅうにゅう)を買(か)ってくるように言(い)われていたが、________ して忘(わす)れてしまった。

1　がっかり
2　すっかり
3　うっかり
4　しっかり

ごい

27 □□□

206 友達(ともだち)の結婚(けっこん)のお祝(いわ)いを一緒(いっしょ)に選(えら)んで ________ 。

1　くださいませんか
2　いただきませんか
3　くださってもいいですか
4　いただけてもいいですか

ぶんぽう

27 □□□

もじ

204 **1** この機械を使うには、画面の**指示**通りにしてください。

To use this machine, please follow the instructions on the screen.
Để sử dụng được cái máy này, hãy làm đúng theo chỉ dẫn trên màn hình.

面 **メン**：画面・表面 surface / bề mặt・方面 direction / hướng

指 **シ**：指示する・指定する appoint / chỉ định

さ（-す）：指す point / chỉ　**ゆび**：指 finger, toe / ngón tay

示 **ジ**：指示する・表示する show / hiển thị

しめ（-す）：示す show, point out / cho thấy, chỉ ra

ごい

205 **3** 牛乳を買ってくるように言われていたが、**うっかり**して忘れてしまった。

I was told to buy milk but I inadvertently forgot.
Tôi được sai đi mua sữa bò mà lơ đễnh quên đi mất.

うっかり	◆ **うっかり**する carelessly, inadvertently / lơ đễnh, vô ý, không để ý
がっかり	◆ **がっかり**する be dissappointed / thất vọng
すっかり	◆ **すっかり**忘れた。I completely forgot. / Tôi quên béng.
しっかり	◆ **しっかり**する pull oneself together / chắc chắn

ぶんぽう

206 **1** 友達の結婚のお祝いを一緒に選んで**くださいませんか**。

Could you come with me to choose a wedding gift for my friend?
Chị cùng với tôi chọn quà mừng cưới cho bạn được không ạ?

V てくださいませんか　＊「V てくれませんか」より丁寧
more polite than "V てくれませんか"
lịch sự hơn V てくれませんか

◆ 日本語の手紙を直し**てくださいませんか**。

◆ ちょっと、あの一番上の本を取っ**てくださいませんか**。

207 支払い期限はいつですか。

1　きかん
2　きがん
3　きじつ
4　きげん

28 □□□

208 きれいで頭（あたま）のいい田中（たなか）さんが ＿＿＿＿ 。

1　くやしい
2　おしい
3　うらやましい
4　ずるい

28 □□□

209 A「京都（きょうと）へは ＿＿＿＿ ことがありますか。」
B「ええ、何度（なんど）も行（い）きました。」

1　行（い）けた
2　行（い）かれた
3　行（い）かせた
4　行（い）けられた

28 □□□

もじ

207 **4** 支払い**期限**はいつですか。

When is the deadline for the payment? / Hạn thanh toán là khi nào?

[支] シ：支店 branch shop / chi nhánh, cửa hàng chi nhánh
支社 branch office / công ty chi nhánh, văn phòng chi nhánh
ささ（-える）：支える support / hỗ trợ
＊差し支え inconvenience / sự bất tiện, cản trở

[期] キ：学期 (school) term / học kỳ・期間 period of time / thời kỳ
期待する expect hope / kỳ vọng

[限] ゲン：期限・制限する restrict, limit / hạn chế・限界 limit / giới hạn
かぎ（-る）：限る limit / hạn chế

ごい

208 **3** きれいで頭のいい田中さんが**うらやましい**。

I am envious of Ms. Tanaka who is smart and pretty.
Tôi cảm thấy ghen tị với chị Tanaka, một người vừa đẹp vừa thông minh.

うらやましい	be envious / cảm thấy ghen tị, thèm muốn
くやしい	annoying, frustrating / ấm ức, hậm hực, hối tiếc, tức
おしい	regrettable / tiếc, đáng tiếc ◆ もうちょっとだったのに、**おしい**！
ずるい	dishonest, unfair / khôn lỏi, gian

ぶんぽう

209 **2** A「京都へは**行かれた**ことがありますか。」
B「ええ、何度も行きました。」

A: "Have you ever been to Kyoto?" B: "Yes, I have been many times."
A: Chị đã từng đi đến Kyoto bao giờ chưa? B: Vâng, tôi đi nhiều lần rồi.

V られる ＊受身形と同じ形の敬語
polite form, same tense as passive voice
kính ngữ có dạng giống với thể bị động

◆ 本はよく**読まれます**か。（＝お読みになりますか）
◆ 何かスポーツは**されます**か。（＝なさいますか）
◆ こちらにはよく来**られる**んですか。（＝いらっしゃるんですか）

210 試験にしっぱいしてしまった。

1　矢敗
2　失敗
3　欠敗
4　夫敗

もじ

29 □□□

211 食器(しょっき)は ＿＿＿＿ その棚(たな)にしまってください。

1　かさねて
2　ひろげて
3　たたんで
4　ちぢめて

ごい

29 □□□

212 A「あの方(かた)をご存(ぞん)じですか。」
B「いいえ、＿＿＿＿。」

1　存(ぞん)じじゃありません
2　存(ぞん)じません
3　存(ぞん)じてません
4　存(ぞん)じないです

ぶんぽう

29 □□□

もじ

210 **2** 試験(しけん)に**失敗(しっぱい)**してしまった。

I failed the test.
Tôi đã bị thất bại trong thi cử.

失 シツ：失礼(しつれい)な rude / mất lịch sự, vô lễ・失業(しつぎょう)する lose one's job / thất nghiệp
過失(かしつ) mistake / lỗi, thiếu sót
うしな（-う）：失(うしな)う lose / đánh mất

敗 ハイ：勝敗(しょうはい) victory or defeat / thắng bại・失敗(しっぱい)する

欠 ケツ：欠席(けっせき)する be absent / vắng mặt
か（-ける）：欠(か)ける lack, break / sứt, mẻ, thiếu, khuyết

ごい

211 **1** 食器(しょっき)は**重(かさ)ねて**その棚(たな)にしまってください。

Please stack the dishes and put them in the cupboard.
Hãy chồng bát đĩa lên và cất vào chạn.

重ねる（かさねる） ◆ 皿(さら)を**重(かさ)ねる** stack plates / chồng đĩa ＊～が重(かさ)なる

広げる（ひろげる） ◆ 地図(ちず)を**広(ひろ)げる** spread a map out / giở bản đồ ＊～が広(ひろ)がる

たたむ ◆ 洋服(ようふく)を**たたむ** fold clothing / gấp quần áo

縮める（ちぢめる） shorten / rút ngắn, thu nhỏ ＊～が縮(ちぢ)む

ぶんぽう

212 **2** A「あの方(かた)をご存知(ぞんじ)ですか。」
B「いいえ、**存(ぞん)じません**。」

A: "Do you know that person? B: "No, I do not."
A: Anh có biết anh ấy không ạ? B: Không, tôi không biết.

ご存知です／ご存知じゃありません **存じております／存じません**

- A「あの方(かた)を**ご存知(ぞんじ)です**か。」 B「いいえ、**存(ぞん)じません**。」
- 課長(かちょう)はこのことを**ご存知(ぞんじ)です**が、部長(ぶちょう)は**ご存知(ぞんじ)じゃありません**。

213 その友人は独身で、趣味(しゅみ)は登山です。

1　とさん
2　とざん
3　とうざん
4　とうさん

30 □□□

もじ

214 田中(たなか)さんの結婚式(けっこんしき)には、なんとか ＿＿＿＿ 出席(しゅっせき)したいと思(おも)っています。

1　都合(つごう)をつけて
2　具合(ぐあい)がよくて
3　事情(じじょう)をとって
4　連絡(れんらく)があって

30 □□□

ごい

215 駐車(ちゅうしゃ)は ＿＿＿＿ ください。

1　ご遠慮(えんりょ)
2　ご遠慮(えんりょ)して
3　ご遠慮(えんりょ)いただけて
4　ご遠慮(えんりょ)申(もう)し上(あ)げて

30 □□□

ぶんぽう

もじ

213 **2** その友人は独身で、趣味は**登山**です。

That friend (of mine) is single, and her hobby is mountain climbing.
Người bạn đó đang độc thân và có sở thích leo núi.

独 ドク：独身・独特 unique / đặc sắc, đặc trưng
ひと (-り)：独り alone, solitary (person) / một mình
独り言 speaking to oneself, monologue / nói lẩm bẩm, nói một mình

身 シン：身長 height / chiều cao・全身 whole body / toàn thân
み：刺身 sashimi (sliced raw fish) / món Sashimi
身分 social position / thân phận, vị trí xã hội

登 トウ：登録する register / đăng ký　ト：登山
のぼ (-る)：登る climb, ascend / leo, trèo

ごい

214 **1** 田中さんの結婚式には、なんとか**都合をつけて**出席したいと思っています。

I will arrange to attend Mr. Tanaka's wedding.
Tôi muốn cố gắng thu xếp tham dự đám cưới của anh Tanaka.

都合 (つごう) ◆ 都合をつける arrange / thu xếp
具合 (ぐあい) ◆ 具合がいい be well / tình trạng tốt
事情 (じじょう) circumstances / tình hình, hoàn cảnh
連絡 (れんらく) contact / liên lạc

ぶんぽう

215 **1** 駐車は**ご遠慮**ください。

Please do not park (here).
Vui lòng không đỗ xe!

ごVください (=Vてください) ＊尊敬語 honorifics / tôn kính ngữ

◆ ご注意ください。
◆ ご連絡ください。
◆ ご協力ください。

216 ビールが冷えています。→168

1　ふえて　　2　ひえて

1 □□□

217 ひさしぶりに両親と会った。→135

1　欠しぶり　　2　久しぶり

2 □□□

もじ

218 この子が ＿＿＿＿ のは、２歳(さい)になってからです。→169

1　しゃべり出した　　2　話しかけた

1 □□□

219 彼とは会話の ＿＿＿＿ が合わない。→127

1　チャンス　　2　テンポ

2 □□□

ごい

220 妹は、私の持っているものをいつも ＿＿＿＿ 。→170

1　ほしがります　　2　ほしいはずです

1 □□□

221 工事の音は耳が痛(いた)くなる ＿＿＿＿ 大きい。→140

1　ばかり　　2　ほど

20 □□□

ぶんぽう

もじ

222 荷物をお届けに参りましたが、お<u>留守</u>でした。→ 192

1　るしゅ　　2　るす

3 □□□

223 ここは<u>むりょう</u>で車が止められます。→ 147

1　無料　　2　無両

4 □□□

ごい

224 田中さんはお子さんの ＿＿＿＿ が悪いらしくて、もう帰りましたよ。→ 214

1　事情(じじょう)　　2　具合(ぐあい)

3 □□□

225 今日の面接の結果が ＿＿＿＿ 、眠(ねむ)れない。→ 181

1　気にして　　2　気になって

4 □□□

ぶんぽう

226 会社が移転(いてん)する ＿＿＿＿ 。→ 149

1　ことにした　　2　ことになった

3 □□□

227 秘書(ひしょ)に急に ＿＿＿＿ 。→ 194

1　辞められた　　2　辞めさせた

4 □□□

前のページの答え　216 2　217 2　218 1　219 2　220 1　221 2

228 汚いからさわらないで。→ 138

1 きたない　2 よごれい

5 □□□

229 おもしろい場所におつれしましょう。→ 135

1 お連れ　2 お練れ

6 □□□

230 A「どんな ＿＿＿＿ ですか。」
B「のどが痛(いた)くてせきが出るんです。」→ 172

1 しょうじょう　2 たいど

5 □□□

231 ＿＿＿＿ ことはないんですが、今、父は入院しているんです。→ 157

1 おもな　2 たいした

6 □□□

232 明日早いんだから、早く ＿＿＿＿ 。→ 176

1 寝ると　2 寝ないと

5 □□□

233 なんか変な ＿＿＿＿ ね。何だろう。→ 164

1 音がする　2 音がきく

6 □□□

もじ

234 <u>忘年会</u>で飲みすぎた。→174

1 ぼうねんかい　　2 もうねんかい

7 □□□

235 <u>かみさま</u>、どうかお願いします。→135

1 上様　　2 神様

8 □□□

ごい

236 逃(に)げても逃(に)げても犬が ＿＿＿＿ 追(お)いかけてきて怖(こわ)かった。→151

1 しつこく　　2 あやしく

7 □□□

237 試験まであと１週間しかない。ああ。時間が ＿＿＿＿ 過(す)ぎていく。→130

1 どんどん　　2 のろのろ

8 □□□

ぶんぽう

238 ずる休みをするなんて、＿＿＿＿。→167

1 あなたらしくない　　2 あなたっぽくない

7 □□□

239 そのベンチはペンキ ＿＿＿＿ だから、座らないで。→128

1 ぬりたて　　2 ぬりっぱなし

8 □□□

前のページの答え　228 1　229 1　230 1　231 2　232 2　233 1

240 <u>教育</u>について考える。→ 138

1 きょういく　　2 きょうよう

9 □□□

241 <u>ねんまつ</u>は忙しい。→ 132

1 年未　　2 年末

10 □□□

もじ

242 パソコンが壊（こわ）れた。 ＿＿＿＿ のは時間もお金もかかるらしい。→ 175

1 修理（しゅうり）する　　2 解決（かいけつ）する

9 □□□

243 結婚式に ＿＿＿＿ けれど、何を着て行ったらよいかわからない。→ 184

1 むかえられた　　2 まねかれた

10 □□□

ごい

244 ひまなときは音楽を聞いたり ＿＿＿＿ 。→ 188

1 しています　　2 なっています

9 □□□

245 A「もう会えないかも。」
B「え、＿＿＿＿ 意味ですか。」→ 185

1 どんな　　2 どういう

10 □□□

ぶんぽう

もじ

246 言葉の意味を調べる。→144

1 げんご　　2 ことば

11 □□□

247 かなしい小説を読んだ。→165

1 苦しい　　2 悲しい

12 □□□

ごい

248 セーターを家で洗ったら、＿＿＿＿。→211

1 縮(ちぢ)んじゃった　　2 縮(ちぢ)めちゃった

11 □□□

249 田中さんは、だまって人の物を使うような＿＿＿＿人ではない。→190

1 さわがしい　　2 ずうずうしい

12 □□□

ぶんぽう

250 先生に、毎日 30 分は＿＿＿＿と言われています。→197

1 勉強するよう　　2 勉強しろ

11 □□□

前のページの答え　240 1　241 2　242 1　243 2　244 1　245 2

第3週

Week 3
Tuần thứ 3

- 6日目まで終わったら、正解の数を数えて記入しましょう。
- 正解の少ない分野があったら、もう一度やってから7日目に進みましょう。
- 7日目は復習です。終わったら正解の数を記入して、学習の効果を確認しましょう。

- At the end of the first six days, count the number of questions that were correct.
- If there is a section where you got only a few questions correct, please do it over before moving on to the seventh day.
- The seventh day is for reviewing. When you are finished, fill in the number of the correct answers to see how you have improved.

- Khi hoàn thành xong 6 ngày đầu tiên, hãy đếm và ghi lại số lượng các câu trả lời mà bạn đã làm đúng.
- Nếu có phần nào mà bạn ít trả lời đúng thì hãy làm lại chúng một lần nữa rồi mới chuyển sang phần của ngày thứ 7.
- Ngày thứ 7 là bài ôn tập. Khi làm xong, bạn hãy ghi số lượng các câu trả lời đúng để đánh giá lại kết quả học tập.

もじ

	1～6日目	7日目（ふくしゅう）
1回目	／30問	／12問
2回目	／30問	／12問
3回目	／30問	／12問

ごい

	1～6日目	7日目（ふくしゅう）
1回目	／30問	／12問
2回目	／30問	／12問
3回目	／30問	／12問

ぶんぽう

	1～6日目	7日目（ふくしゅう）
1回目	／30問	／11問
2回目	／30問	／11問
3回目	／30問	／11問

前のページの答え　246 2　247 2　248 1　249 2　250 2

もじ

______ のことばをひらがなは漢字に、漢字はひらがなに直して、正しいものを選択肢から選びなさい。

Choose the correct word from the multiple options after converting the underlined *kanji* word into *hiragana* or the *hiragana* word into *kanji*.

Hãy chọn đáp án đúng sau khi chuyển các từ gạch chân từ chữ Hiragana sang chữ Hán hoặc ngược lại.

ごい

______ のところに何を入れますか。いちばんいいものを選択肢から一つ選びなさい。

What is the right word to fit in the underlined space? Choose the correct word out of the multiple options.

Điền gì vào chỗ trống cho phù hợp? Hãy chọn một đáp án đúng nhất.

ぶんぽう

______ のところに何を入れますか。いちばんいいものを選択肢から一つ選びなさい。

What is the right word to fit in the underlined space? Choose the correct word out of the multiple options.

Điền gì vào chỗ trống cho phù hợp? Hãy chọn một đáp án đúng nhất.

251 地下鉄の入り口はあの<u>交差点</u>にありますよ。

1　こさてん
2　こうさてん
3　こしゃてん
4　こうしゃてん

もじ

1□□□

252 若(わか)いときは、いくらお酒(さけ)を飲(の)んでも ＿＿＿＿ だったが、最近(さいきん)はすぐに酔(よ)ってしまう。

1　平気(へいき)
2　健康(けんこう)
3　まじめ
4　無事(ぶじ)

ごい

1□□□

253 病気(びょうき)に ＿＿＿＿ 健康(けんこう)の大切(たいせつ)さを知(し)りました。

1　なってからでないと
2　ならないことには
3　なってはじめて
4　なってからでは

ぶんぽう

1□□□

もじ

251 **2** 地下鉄(ちかてつ)の入(い)り口(ぐち)はあの**交差点(こうさてん)**にありますよ。

The entrance to the subway is at the intersection over there.
Cửa xuống ga tàu điện ngầm có ở chỗ ngã tư đằng kia đấy.

交 **コウ**：交番(こうばん) police box / đồn cảnh sát・交通(こうつう) traffic, transportation / giao thông

差 **サ**：交差点(こうさてん)・時差(じさ) a time difference / chênh lệch múi giờ

時差(じさ)ぼけ jet lag / sự mệt mỏi do chênh lệch múi giờ

点 **テン**：点(てん) point / điểm・100点(てん) one hundred points / 100 điểm

ごい

252 **1** 若(わか)いときは、いくらお酒(さけ)を飲(の)んでも**平気(へいき)**だったが、最近(さいきん)はすぐに酔(よ)ってしまう。

When I was young, I could drink as much as I wanted, but I get drunk very easily these days.
Hồi trẻ, tôi uống bao nhiêu rượu cũng chẳng sao vậy mà gần đây chưa gì đã bị xỉn ngay.

平気な (へいきな) calm, unconcerned / chẳng sao, bình thản, điềm nhiên

健康な (けんこうな) healthy / khỏe mạnh

まじめな serious / nghiêm túc, đứng đắn, tử tế

無事な (ぶじな) safe, uninjured / bình an vô sự, không có chuyện gì xảy ra

ぶんぽう

253 **3** 病気(びょうき)に**なってはじめて**健康(けんこう)の大切(たいせつ)さを知(し)りました。

After falling ill, I realized for the first time the importance of health.
Bị ốm rồi mới biết sức khỏe là quan trọng.

V_1 てはじめて V_2 （＝V_1 するまで V_2 ない）

- 年(とし)を取(と)っ**てはじめて**、年寄(としよ)りの気持(きも)ちがわかった。
- 水道(すいどう)の水(みず)が止(と)まっ**てはじめて**便利(べんり)さを知(し)った。

254 ご不在でしたので、資料は中村様に<u>おあずけ</u>しました。

1　お届け
2　お頂け
3　お授け
4　お預け

2 □□□

もじ

255 A「奥(おく)さん、女優(じょゆう)さんみたいにきれいですね。」
B「いやあ、＿＿＿＿＿ です。妻(つま)ももう年(とし)ですよ。」

1　しょうがない
2　おかげさま
3　とんでもない
4　もうしわけない

2 □□□

ごい

256 もっとうまく英語(えいご)が ＿＿＿＿＿ なあ。

1　話(はな)せない
2　話(はな)そうか
3　話(はな)せたら
4　話(はな)しても

2 □□□

ぶんぽう

もじ

254 **4** ご不在でしたので、資料は中村様に**お預け**しました。

You were absent, so I gave your materials to Ms. Nakamura.
Vì anh đi vắng nên tôi đã gửi tài liệu lại chỗ anh Nakamura.

[在] **ザイ**：在学する be at school / đang theo học・滞在する stay / ở, lưu trú
存在 existence / tồn tại, có・不在

[資] **シ**：資料・資源 resource(s) / tài nguyên

[預] **ヨ**：預金 deposit, savings / tiền gửi

あず（-かる / ける）：預かる keep, take charge of / giữ, cầm giữ, trông hộ・預ける

ごい

255 **3** A「奥さん、女優さんみたいにきれいですね。」
B「いやあ、**とんでもないです**。妻ももう年ですよ。」

A: "Your wife is beautiful. She could be an actress." B: "No way. She's getting old now."
A: Vợ anh đẹp như diễn viên nhỉ! B: Ô không, làm gì có chuyện đó. Vợ tôi già rồi còn gì!

[**とんでもない**] outrageous, impossible, not at all / làm gì có chuyện đó

[**しょうがない**] cannot be helped, nothing can be done / chẳng còn cách nào khác
（＝仕方（が）ない）

[**おかげさまで**] thanks to ~ / ơn trời, nhờ may mắn mà

◆ A「お元気そうですね。」
B「**おかげさまで**。」

ぶんぽう

256 **3** もっとうまく英語が**話せたら**なあ。

OK 話せないかなあ／話せればなあ／話せたらいいのになあ

I wish I could speak better English.
Giá mà tôi có thể nói tiếng Anh giỏi hơn nữa!

[**～たら（いいのに）なあ**] [**～といい（のに）なあ**] [**～ば（いいのに）なあ**]

＊願望を表す showing hopefulness / Bày tỏ nguyện vọng

◆ 明日、晴れ**たらいいなあ**。

◆ もう少し背が高い**といい（のに）なあ**。

257 申込書は例を参考に記入してください。

1　しんこくしょ
2　しんせいしょ
3　もしこみしょ
4　もうしこみしょ

3 □□□

もじ

258 明日(あした)からしばらく留守(るす)にします。荷物(にもつ)が来(き)たら ＿＿＿＿ おいてください。

1　受(う)け持(も)って
2　受(う)け取(と)って
3　受(う)け入(い)れて
4　受(う)け付(つ)けて

3 □□□

ごい

259 A「それ、高(たか)かったでしょう。」
B「＿＿＿＿ でもありませんよ。」

1　それ
2　それほど
3　それより
4　それくらい

3 □□□

ぶんぽう

もじ

257 **4** **申込書**(もうしこみしょ)は例(れい)を参考(さんこう)に記入(きにゅう)してください。

Please fill out the application form referring to the example.
Hãy tham khảo mẫu và điền vào đơn.

込 **こ** (-む/-める)：込(こ)む be crowded, be packed / đông・申(もう)し込(こ)む apply / xin, đăng ký
込(こ)める put (into) / nhồi, nhét, chứa đựng

例 **レイ**：例(れい)
たと (-える)：例(たと)えば for example / ví dụ

記 **キ**：記事(きじ) article / bài báo・日記(にっき) diary, journal / nhật ký
記号(きごう) mark, symbol / ký hiệu
記入(きにゅう)する・暗記(あんき)する learn something by heart / học thuộc

ごい

258 **2** 明日(あした)からしばらく留守(るす)にします。荷物(にもつ)が来(き)たら**受(う)け取(と)って**おいてください。

I will be away for a while starting tomorrow, so could you hold onto any packages that arrive for me?
Từ ngày mai tôi sẽ đi vắng một thời gian. Nếu hành lý đến thì hãy nhận hộ tôi.

受け取る	(うけとる)	receive / nhận
受け持つ	(うけもつ)	take charge of, be in charge of / nhận mang
受け入れる	(うけいれる)	accept, receive / nhận vào
受け付ける	(うけつける)	accept, take up / đón tiếp

ぶんぽう

259 **2** A「それ、高(たか)かったでしょう。」
B「**それほど**でもありませんよ。」

A: "That must have been expensive."　B: "No, not really."
A: Cái ấy chắc là đắt hả?　B: Không đến mức thế đâu!

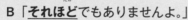

～ほど

- 今日(きょう)は昨日(きのう)**ほど**寒(さむ)くない。（ほど≠くらい）
- 昨日(きのう)は足(あし)が痛(いた)くなる**ほど**歩(ある)いた。（ほど＝くらい）

Nほど…はない

- 田中(たなか)さん**ほど**親切(しんせつ)な人(ひと)**はいない**。（ほど＝くらい）

260 あの団体は国際的な<u>かつどう</u>をしている。

1　運動
2　行動
3　活動
4　自動

4□□□

もじ

261 私(わたし)は、殺人犯(さつじんはん)がまだこの近(ちか)くにいるような ＿＿＿＿ 。

1　気(き)がする
2　考(かんが)えがある
3　感(かん)じになる
4　心(こころ)を持(も)っている

4□□□

ごい

262 田中(たなか)さんは仕事(しごと)が終(お)わっても、なかなか ＿＿＿＿ 。

1　帰(かえ)るようにしていない
2　帰(かえ)れないつもりだ
3　帰(かえ)ってられない
4　帰(かえ)ろうとしない

4□□□

ぶんぽう

こたえ

もじ

260 **3** あの団体(だんたい)は国際的(こくさいてき)な**活動(かつどう)**をしている。

That organization is active internationally.
Tổ chức ấy đang tiến hành các hoạt động mang tính quốc tế.

団	**ダン**：団地(だんち) large housing, apartment complex / khu tập thể
	団体(だんたい)・集団(しゅうだん) group / nhóm, bầy đàn
的	**テキ**：国際的(こくさいてき)な・目的(もくてき) aim, purpose / mục đích
活	**カツ**：活動(かつどう)・生活(せいかつ) living, livelihood / cuộc sống, sinh hoạt

ごい

261 **1** 私(わたし)は、殺人犯(さつじんはん)がまだこの近(ちか)くにいるような**気(き)がする**。

OK 感(かん)じがする

I have a feeling that the murderer is still around here.
Tôi có cảm giác kẻ giết người vẫn đang đâu đó gần đây.

気がする	（きがする）	feel like / có cảm giác
考え	（かんがえ）	thinking, idea / suy nghĩ, ý tưởng
感じ	（かんじ）	feeling, sense / cảm giác, cảm nhận
心	（こころ）	mind / trái tim, tâm hồn

ぶんぽう

262 **4** 田中(たなか)さんは仕事(しごと)が終(お)わっても、なかなか**帰(かえ)ろうとしない**。

Mr. Tanaka does not go home even after he has finished working.
Anh Tanaka mãi vẫn chưa định về cho dù công việc đã kết thúc.

V ようとする try to do something / định V, cố gắng V

◆ 田中(たなか)さんは留学(りゅうがく)を**しようとしている**。

V ようとしない does not try to do something / không định V, không thèm V

◆ 猫(ねこ)がえさを**食(た)べようとしない**ので、心配(しんぱい)だ。

263 <u>観光</u>で海外へ行くので、準備をしているところです。

1　けんこう
2　けんこん
3　かんこう
4　かんこん

もじ

5 □□□

264 その俳優(はいゆう)は雑誌(ざっし)の ＿＿＿＿ に応(おう)じた後(あと)、テレビ局(きょく)に向(む)かった。

1　レポート
2　インタビュー
3　スピーチ
4　アナウンス

ごい

5 □□□

265 病気(びょうき)に ＿＿＿＿ 、食事(しょくじ)に気(き)をつけましょう。

1　ならないように
2　なることがなくて
3　ならないみたいに
4　なってはいけなくて

ぶんぽう

5 □□□

こたえ

263 **3** **観光**(かんこう)で海外(かいがい)へ行(い)くので、準備(じゅんび)をしているところです。

I'm going sightseeing overseas, so I'm getting ready for my trip.
Tôi sẽ đi nước ngoài du lịch nên đang chuẩn bị.

もじ

観	**カン**：観光(かんこう)・観察(かんさつ)する observe, survey / quan sát
	観測(かんそく)する observe, measure / đo đạc, quan trắc
準	**ジュン**：水準(すいじゅん) standard, level / tiêu chuẩn, mức
	基準(きじゅん) standard, basis / tiêu chuẩn, cơ sở (để đánh giá, so sánh…)
備	**ビ**：準備(じゅんび)する・設備(せつび) equipment / trang thiết bị
	そな（-える）：備(そな)える prepare / chuẩn bị, trang bị, có sẵn

264 **2** その俳優(はいゆう)は雑誌(ざっし)の**インタビュー**に応(おう)じた後(あと)、テレビ局(きょく)に向(む)かった。

After being interviewed by the magazine, the actor headed for the TV station.
Sau khi trả lời phỏng vấn của tạp chí xong, diễn viên đó đã di chuyển đến đài truyền hình.

ごい

インタビュー	interview / phỏng vấn
レポート	report / báo cáo, phóng sự ＊「リポート」とも言(い)う
スピーチ	speech / bài phát biểu
アナウンス	announcement / phóng thanh, thông báo

265 **1** 病気(びょうき)に**ならないように**、食事(しょくじ)に気(き)をつけましょう。

We should eat properly so we do not get sick.
Chúng ta hãy chú ý đến ăn uống để không bị bệnh tật.

ぶんぽう

Vる／Vないように…

＊目的(もくてき)・助言(じょげん)・希望(きぼう)を表(あらわ)す
expressing a goal · advice · a desire / Biểu thị mục đích, lời khuyên, kỳ vọng

- 母(はは)の病気(びょうき)が早(はや)く治(なお)**るように**祈(いの)っています。
- 聞(き)いたことを忘(わす)れ**ないように**メモをしましょう。

266 この<u>求人広告</u>は仕事の内容がよくわからない。

1 きゅうじんこうこく
2 きゅうにんこうこく
3 きゅうじんこうかく
4 きゅうにんこうかく

もじ

6 □□□

267 今日(きょう)の授業(じゅぎょう)で習(なら)ったことをノートに ＿＿＿＿ みた。

1 あつめて
2 うめて
3 まとめて
4 ふくめて

ごい

6 □□□

268 危(あぶ)なかった。もう少(すこ)しで事故(じこ)になる ＿＿＿＿ 。

1 らしかった
2 そうだった
3 ところだった
4 途中(とちゅう)だった

ぶんぽう

6 □□□

こたえ

266 **1** この**求人広告**(きゅうじんこうこく)は仕事(しごと)の内容(ないよう)がよくわからない。

I do not fully understand the details of this help-wanted advertisement.
Cái quảng cáo tuyển dụng này không rõ nội dung công việc là gì.

もじ

求 **キュウ**：要求(ようきゅう)する demand, request / yêu cầu, đòi hỏi
　　請求(せいきゅう)する demand, charge / đề nghị, yêu cầu
もと(-める)：求(もと)める demand, request / yêu cầu, đòi hỏi

告 **コク**：報告(ほうこく)する report / báo cáo・広告(こうこく)

容 **ヨウ**：内容(ないよう)・容器(ようき) container / đồ đựng, đồ chứa (chai lọ, bát đĩa, hộp…)

267 **3** 今日(きょう)の授業(じゅぎょう)で習(なら)ったことをノートに**まとめて**みた。

I summarized in my notebook what I studied in class today.
Tôi đã thử tóm tắt những gì đã học trong giờ học ngày hôm nay vào vở.

ごい

まとめる summarize / tóm tắt, tổng kết

集める（あつめる） gather / tập trung

埋める（うめる） fill, plug, bury / chôn, lấp

含める（ふくめる） include / gồm, bao gồm　＊含(ふく)む

268 **3** 危(あぶ)なかった。もう少(すこ)しで事故(じこ)になる**ところだった**。

That was close. I almost got in an accident.
Nguy hiểm quá! Còn tí nữa là xảy ra tai nạn.

ぶんぽう

（もう少しで）Vるところだった

almost ~, very close to ~ (happening)
(còn tí nữa) là V, suýt (nữa) thì V

- **もう少(すこ)しで飛行機(ひこうき)に乗(の)り遅(おく)れるところだった。**
- **もう少(すこ)しで川(かわ)があふれるところだった。**

269 虫歯を<u>なおす</u>方法について医師から説明してもらった。

1　消す
2　移す
3　正す
4　治す

7 □□□

もじ

270 A「電車(でんしゃ)、混(こ)んでいた？」
B「ううん、＿＿＿＿＿ だったよ。」

1　のろのろ
2　うろうろ
3　そろそろ
4　がらがら

7 □□□

ごい

271 A「映画(えいが)、おもしろかったよ。」
B「へえー。私(わたし)も一緒(いっしょ)に ＿＿＿＿＿ 。」

1　行(い)きたがっていた
2　行(い)けなくてよかった
3　行(い)こうとしたかった
4　行(い)けばよかった

7 □□□

ぶんぽう

もじ

269 4 虫歯(むしば)を**治す**(なお)方法(ほうほう)について医師(いし)から説明(せつめい)してもらった。

I had the dentist explain how to fix cavities.
Tôi được bác sỹ giải thích cho nghe về phương pháp chữa bệnh sâu răng.

虫 むし：虫(むし) insect / con sâu・虫歯(むしば)

治 ジ：政治(せいじ) politics / chính trị

チ：自治(じち) self-government / tự trị, tự quản

なお (-る /- す)：治る(なお) be cured, get well / khỏi・治す(なお)

おさ (- める)：治める(おさ) govern / quản lý, lãnh đạo, cai trị

法 ホウ：方法(ほうほう)・文法(ぶんぽう) grammar / ngữ pháp

ごい

270 4 A「電車(でんしゃ)、混(こ)んでいた？」 B「ううん、**がらがら**だったよ。」

A: "Was the train crowded?" B: "No, it was almost empty."
A: Tàu điện có đông không? B: Không hề, vắng tanh mà!

がらがら empty, vacant / vắng tanh, trống trơ ◆ **がらがら**の電車(でんしゃ) almost empty train / tàu điện vắng tanh

のろのろ slow, sluggish / chậm chạp, lừ đừ
◆ 電車(でんしゃ)が**のろのろ**走(はし)る the train moves slowly / tàu điện chạy chậm chạp

うろうろ restlessly, wander aimlessly / lang thang, lảng vảng
◆ 変(へん)な男(おとこ)が**うろうろ**している。There is a strange man wandering around. / Người đàn ông lạ đang lảng vảng.

そろそろ soon, momentarily / sắp sửa
◆ **そろそろ**父(ちち)が帰(かえ)ってくる。My father will be home soon / Bố tôi sắp sửa về đến nhà.

ぶんぽう

271 4 A「映画(えいが)、おもしろかったよ。」
B「へえー。私(わたし)も一緒(いっしょ)に**行(い)けばよかった**。」

A: "The movie was interesting." B: "Really? I should have gone with you."
A: Phim hay lắm nhé! B: Hả? Biết thế mình cũng đi cùng.

V ばよかった **V たらよかった**

*後悔(こうかい)を表(あらわ)す showing regret / Biểu thị sự hối hận.

◆ 田中(たなか)さんにあんなこと**言(い)わなければよかった**。

◆ テスト、全然(ぜんぜん)できなかった。もっと**勉強(べんきょう)したらよかった**。

272 二十歳未満の方への販売をお断りしております。

1　おとこわり
2　おことわり
3　おこだわり
4　おだこわり

8 □□□

もじ

273 映画は、＿＿＿＿ 映画館で見ることもありますが、たいていはDVDを借りて家で見ます。

1　たまに
2　ついに
3　わりに
4　まず

8 □□□

ごい

274 電話くれたらすぐ手伝いに ＿＿＿＿ 、どうして言わなかったの？

1　行ったのに
2　行くつもりなので
3　行きたかったけれど
4　行けないだろうが

8 □□□

ぶんぽう

もじ

272 **2** 二十歳未満の方への販売を**お断り**しております。

We do not sell to customers under 20 years of age.
Chúng tôi xin phép được từ chối bán cho khách hàng dưới 20 tuổi.

未 ミ：未満・未来 future / tương lai

満 マン：満員 full (of people) / (đông người) hết chỗ
満足する be satisfied / thỏa mãn, hài lòng
み (-ちる)：満ちる fill, become full / đầy, đủ

断 ダン：判断する judge, decide / nhận định, quyết định
断水 suspension of the water supply / mất nước, cắt nước
ことわ (-る)：断る

ごい

273 **1** 映画は、**たまに**映画館で見ることもありますが、たいていは DVD を借りて家で見ます。

I sometimes go to the theater to see a movie but I usually rent DVDs and watch them at home.
Phim thì thỉ thoảng đi xem ở rạp chứ còn thì thông thường tôi mượn đĩa DVD về xem ở nhà.

たまに once in a while, every now and then / thi thoảng, hiếm khi, họa hoằn

割に (わりに) comparatively, relatively / tương đối (＝割合(に))
＊「わりと」とも言う

ついに finally, at last / cuối cùng, mãi rồi cũng ◆ 絵が**ついに**完成した。

まず First, ~ / trước hết, đầu tiên (＝最初に)

ぶんぽう

274 **1** 電話くれたらすぐに手伝いに**行ったの**に、どうして言わなかったの？

I would have come and helped you right away if you had called me. Why didn't you tell me?
Nếu cậu điện thoại thì tớ đã đến giúp ngay, vậy mà sao không nói?

～ば…のに **～たら…のに**

If I had ~ , I would have 〈the feeling of disappointment〉 / Nếu ~ thì đã...

◆ 安かっ**たら**買う**のに**。(＝安ければ買うのに)

V ばよかったのに **V たらよかったのに**

I wish I had ~ 〈the feeling of disappointment〉 / V thì có phải là hay không? (Vậy mà không V!)

◆ 映画、おもしろかったよ。君も一緒に来**ればよかったのに**。
(＝来たらよかったのに)

275 体重がふえたので、食べる量を減らしています。

1　太えた
2　多えた
3　過えた
4　増えた

もじ

9 □□□

276 急(きゅう)に ＿＿＿＿ と車(くるま)にひかれるから、気(き)をつけて。

1　飛(と)び込(こ)む
2　通(とお)り過(す)ぎる
3　飛(と)び出(だ)す
4　通(とお)りかかる

ごい

9 □□□

277 田中(たなか)さんの妹(いもうと)さんは、美人(びじん) ＿＿＿＿ 、かわいい女性(じょせい)です。

1　というけれど
2　といっても
3　というより
4　といったら

ぶんぽう

9 □□□

もじ

275 **4** 体重が**増えた**ので、食べる量を減らしています。

I have gained weight, so I am trying to eat less.
Cân nặng của tôi bị tăng nên tôi đang giảm lượng ăn.

増　ゾウ：増加する increase / tăng, gia tăng
ま（-す）：増す increase, grow / tăng, làm tăng, thêm
ふ（-える /-やす）：増える・増やす increase / làm tăng

量　リョウ：量・分量 quantity / lượng, cân đo
はか（-る）：量る weigh / cân

減　ゲン：増減する increase and decrease / tăng giảm
へ（-る /-らす）：減る decrease, reduce / giảm・減らす

ごい

276 **3** 急に**飛び出す**と車にひかれるから、気をつけて。

Be careful not to dash into the street because you might get hit by a car.
Nếu đột ngột lao ra đường là bị xe cán đấy nên là phải cẩn thận!

飛び出す（とびだす） jump out, rush out / lao, phi

飛び込む（とびこむ） jump into, dive / lao, nhảy (vào bên trong lòng một cái gì đó)

通り過ぎる（とおりすぎる） pass, pass through / đi quá

通りかかる（とおりかかる） happen to pass by / đi ngang qua

ぶんぽう

277 **3** 田中さんの妹さんは、美人**というより**、かわいい女性です。

Mr. Tanaka's younger sister is cute rather than beautiful.
Em gái của anh Tanaka là một người con gái dễ thương thì đúng hơn là một người đẹp.

a というより b **a というか b** more ~ than ~ / 〈a thì đúng hơn là b〉

◆ あの人の部屋は汚い**というか**、ごみ箱のようです。

～といっても even though it is ~ (, I would say it is ~) / mặc dù nói là ~ mà...

◆ 12月**といっても**あんまり寒くありませんね。

278 何か問題が起こったら、必ず連絡して相談してください。

1　かならず
2　からなず
3　とれあいず
4　とりあえず

10 □□□

もじ

279 桜(さくら)の花(はな)が ＿＿＿＿ 後(あと)の道(みち)は、まるでピンクのじゅうたんみたいだ。

1　ちった
2　かれた
3　さいた
4　ひらいた

10 □□□

ごい

280 私(わたし)は留学生(りゅうがくせい) ＿＿＿＿ 日本(にほん)に来(き)ましたが、日本(にほん)で就職(しゅうしょく)をして、結婚(けっこん)もしました。

1　として
2　としたら
3　としては
4　としても

10 □□□

ぶんぽう

こたえ

278 **1** 何か問題が起こったら、**必ず**連絡して相談してください。

If there are any problems, be sure to call for counselling.
Nếu có chuyện gì xảy ra thì nhất định phải liên lạc với chúng tôi để tư vấn!

もじ

必 **ヒツ**：必要な necessary / cần thiết・必死 desperate / dồn hết sức

かなら（-ず）：必ず

絡 **ラク**：連絡する

談 **ダン**：相談する・冗談 joke / nói đùa

279 **1** 桜の花が**散った**後の道は、まるでピンクのじゅうたんみたいだ。

The road, covered in fallen cherry blossom petals, looks like a pink carpet.
Con đường sau khi hoa anh đào rụng trông giống như một tấm thảm màu hồng vậy.

ごい

散る（ちる） fall (flowers, leaves), scatter / rụng, rơi

◆ 花が**散る** flowers fall / hoa rụng

枯れる（かれる） wither, mature / héo, khô héo

◆ 木が**枯れる** a tree withers / cây khô héo

280 **1** 私は留学生**として**日本に来ましたが、日本で就職をして、結婚もしました。

I came to Japan as a student, but I ended up getting a job and getting married here.
Tôi đến Nhật Bản với tư cách là lưu học sinh nhưng sau đó tôi xin việc rồi lập gia đình ở Nhật Bản.

ぶんぽう

Nとして as N 〈in the capacity of N〉 / với tư cách là N

Nとしては as N / nếu là N thì…

◆ 田中さんはバスケットボールの選手**としては**背が低いほうです。

Nとしても even as N / là N thì cũng …

◆ 田中さんは夫**としても**親**としても**最高の人です。

281 地震情報です。今日午前7時13分に地震がありました。

1 じんしん
2 じしん
3 じっしん
4 ちしん

11 □□□

もじ

282 洗濯物(せんたくもの)は、乾(かわ)いたら ＿＿＿＿ たたんで、しまいましょう。

1 しいんと
2 わざと
3 きちんと
4 そっと

11 □□□

ごい

283 もし休(やす)みが ＿＿＿＿ 、旅行(りょこう)には行(い)かずに家(うち)でのんびりしたいです。

1 取(と)れたにしたら
2 取(と)れたとしても
3 取(と)れたにすれば
4 取(と)れたとしては

11 □□□

ぶんぽう

こたえ

もじ

281 **2** <u>地震</u>情報です。今日午前７時13分に地震がありました。

This is an earthquake information update. There was an earthquake today at 7:13 a.m.
Thông tin về động đất. Vào lúc 7 giờ 13 phút buổi sáng ngày hôm nay đã xảy ra một trận động đất.

震 **シン**：地震

ふる（-える）：震える shake, tremble / rung, run rẩy

情 **ジョウ**：感情 emotion / tình cảm, cảm xúc・友情 friendship / tình bạn

事情 circumstance / tình hình, sự tình

報 **ホウ**：予報 forecast / dự báo・情報

ごい

282 **3** 洗濯物は、乾いたら**<u>きちんと</u>**たたんで、しまいましょう。

Let's fold our laundry properly once it is dry.
Quần áo đã khô thì ta gấp lại gọn gàng rồi cất đi nào!

きちんと neatly, precisely /gọn gàng, ngay ngắn, nghiêm chỉnh

◆ **きちんと**座る sit properly / ngồi ngay ngắn

しいんと quietly, silently /tĩnh mịch, yên ắng

◆ **しいんと**した部屋 very quiet room / căn phòng tĩnh mịch

わざと intentionally, purposely /cố tình, cố ý

◆ **わざと**間違える intentionally make a mistake / cố tình nhầm

ぶんぽう

283 **2** もし休みが**<u>取れたとしても</u>**、旅行には行かずに家でのんびりしたいです。

If I was able to get a day off, I would want to stay home and relax.
Cho dù nếu có được nghỉ đi chăng nữa thì tôi cũng không đi du lịch mà muốn ở nhà thong thả.

（もし）～としても （＝もし～でも）

◆ <u>お金がたくさんあった**としても**</u>幸せとは限らない。

（もし）～としたら／すれば （＝もし～なら）

◆ <u>自転車がない**としたら**</u>、もう彼は帰ったんだろう。

もじ

284 この植物は葉の<u>かたち</u>がかわいいので、インテリアとして人気がある。

1　形
2　型
3　刑
4　列

12 □□□

ごい

285 おみやげを買(か)いすぎて、スーツケースに全部(ぜんぶ)＿＿＿＿＿ことができない。

1　つめる
2　つまる
3　つつむ
4　つもる

12 □□□

ぶんぽう

286 学校(がっこう)を辞(や)めました。＿＿＿＿＿、父(ちち)が亡(な)くなって働(はたら)かなければならないからです。

1　というと
2　というのは
3　というならば
4　ということは

12 □□□

こたえ

284 **1** この植物は葉の**形**がかわいいので、インテリアとして人気がある。

The shape of the leaves on this plant is cute, so it is a popular item for interior decorating.
Loại cây này có hình dáng lá dễ thương nên được ưa dùng làm cây trang trí trong nhà.

もじ

植 **ショク**：植物
う (-える)：植える grow, plant / trồng・植木 (potted) plants, shrubs / cây cảnh, cây chậu

形 **ケイ**：形容詞 adjective / tính từ　**ギョウ**：人形 doll / búp bê
かたち：形

型 **ケイ**：典型的な typical / điển hình・模型 model / mô hình
かた：型 model (of product), type / hình, khuôn, kiểu dáng
超小型 micro miniature / kiểu dáng siêu nhỏ

285 **1** おみやげを買いすぎて、スーツケースに全部**詰める**ことができない。

I bought so many souvenirs that I cannot fit them all in my suitcase.
Tôi mua quá nhiều quà nên không thể đóng hết vào trong va li.

ごい

詰める (つめる) pack, jam, cram / nhồi, đóng (đồ)　＊詰まる
包む (つつむ) wrap / đóng gói, gói
積もる (つもる) pile up, accumulate / phủ, tích tụ　◆ 雪が**積もる**

286 **2** 学校を辞めました。**というのは**、父が亡くなって働かなければならないからです。

I quit school. The reason is that my father died and I need to work.
Tôi đã bỏ học. Bởi vì bố tôi mất và tôi phải đi làm.

ぶんぽう

というのは　＊理由を述べる explain the reason / Giải thích lý do

◆ 来月、引っ越します。**というのは**、転勤になったからです。

というと **ということは** (that) means / tức là, tóm lại là

◆ A「私、名前が変わりました。」
B「**ということは**、ご結婚なさったんですか。」

もじ

287 係員に整理券をもらえば、並んで待たなくてもいいそうです。

1　えらんで
2　まなんで
3　ならんで
4　にらんで

13 □□□

ごい

288 今(いま)の仕事(しごと)は、内容(ないよう)は気(き)に入(い)っているが、給料(きゅうりょう)については ＿＿＿＿ だ。

1　不要(ふよう)
2　不幸(ふこう)
3　不平(ふへい)
4　不満(ふまん)

13 □□□

ぶんぽう

289 ＿＿＿＿ 、この手紙(てがみ)を出(だ)してきてくれませんか。

1　散歩(さんぽ)のままで
2　散歩(さんぽ)した最中(さいちゅう)に
3　散歩(さんぽ)のついでに
4　散歩(さんぽ)している中(なか)

13 □□□

もじ

287 **3** 係員に整理券をもらえば、**並んで**待たなくてもいいそうです。

If you get a numbered ticket from the clerk, you do not have to stand in line.
Nghe nói nếu nhận được số thứ tự từ người phụ trách thì không phải xếp hàng đợi cũng được.

係 **ケイ**：関係する be related to / liên quan
かかり：係 person in charge / người phụ trách

券 **ケン**：券 ticket / vé・乗車券 (boarding) ticket / vé lên tàu xe
定期券 commuter pass / vé tháng, vé định kỳ
特急券 limited express ticket / vé đi tàu nhanh đặc biệt

並 **なら** (-ぶ/-べる)：並ぶ・並べる line up / xếp, xếp hàng

ごい

288 **4** 今の仕事は、内容は気に入っているが、給料については**不満**だ。

I enjoy the job I have now but I am not satisfied with the pay.
Tôi thích nội dung của công việc bây giờ nhưng về tiền lương thì tôi không thỏa mãn.

不満な (ふまんな) dissatisfied / không thỏa mãn, không hài lòng, bất mãn ⇔ 満足な
＊満足する

不要な (ふような) unnecessary / không cần thiết

不幸な (ふこうな) unhappy, unfortunate
bất hạnh, không hạnh phúc ⇔ 幸福な

不平 (ふへい) discontent, complaint / bất công, không công bằng

◆ 不平を言う
express one's discontent, complain / kêu ca, phàn nàn

ぶんぽう

289 **3** **散歩のついでに**、この手紙を出してきてくれませんか。

While you are taking your walk, could you mail this letter for me?
Tiện thể đi dạo thì bỏ cho tôi cái thư này được không?

～ついでに while doing ～ / tiện thể ～

◆ 買い物に行く**ついでに**郵便局へ寄った。

～最中に during ～ / đang trong lúc ～ , giữa lúc ～

◆ 会議の**最中に**、携帯電話が鳴った。

290 投手はよく投げたが、最後にホームランを打たれてまけてしまった。

1 負けて
2 無けて
3 失けて
4 欠けて

14 □□□

もじ

291 上司(じょうし)の私(わたし)に向(む)かって、そんな失礼(しつれい)なことを言(い)うのは ＿＿＿＿ だ。

1 いじわる
2 げひん
3 なまいき
4 のんき

14 □□□

ごい

292 今朝(けさ)、牛乳(ぎゅうにゅう)を ＿＿＿＿ 気持(きも)ちが悪(わる)くなって吐(は)いた。

1 飲(の)むところに
2 飲(の)むたびに
3 飲(の)んだとたんに
4 飲(の)んだながら

14 □□□

ぶんぽう

もじ

290 **1** 投手はよく投げたが、最後にホームランを打たれて**負けて**しまった。

The pitcher pitched really well, but he gave up a home run in the end and his team lost.
Cầu thủ ném bóng đã ném rất tốt nhưng về cuối đánh bóng ra ngoài sân nên đã bị thua.

投 **トウ**：投票する vote / bầu chọn
投書 letter to the editor / gửi thư đóng góp, thư đóng góp
な (-げる)：投げる

打 **う** (-つ)：打つ

負 **フ**：負担 burden / chịu, gánh nặng
勝負 match, contest, game / thắng thua, thi đấu, đánh bạc
ま (-ける)：負ける

ごい

291 **3** 上司の私に向かって、そんな失礼なことを言うのは**生意気**だ。

You have got some nerve speaking to me, who is your boss, like that.
Anh thật là hỗn khi nói những lời vô lễ như thế đối với sếp của anh là tôi!

生意気な (なまいきな) impertinent / hỗn, lên mặt, ngựa non háu đá

意地悪な (いじわるな) mean / bắt nạt, trọc tức, ác ý

下品な (げひんな) vulgar / thô thiển, khiếm nhã, thiếu thẩm mỹ
⇔ 上品な

のんきな carefree / vô tư, thảnh thơi
◆ **のんきな**人 carefree person / con người vô tư

生意気する
言わない!

ぶんぽう

292 **3** 今朝、牛乳を**飲んだとたんに**気持ちが悪くなって吐いた。

This morning, I got sick and vomited just after having some milk.
Sáng nay, tôi vừa uống sữa vào thì người cảm thấy khó chịu rồi nôn ọe.

V たとたん（に） just as V / vừa V thì

◆ 窓を開け**たとたんに**、ハチが入ってきた。

V るたびに **N のたびに**
whenever V / Mỗi lần V thì/ N thì

◆ この曲を聞く**たびに**、亡くなった母を思い出す。

窓を開けるとたんに
言わない!

293 私は経済に関する記事をよく読みます。

1　かいざい
2　かいさい
3　けいざい
4　けいさい

もじ

15 □□□

294 田中（たなか）さんに結婚（けっこん）を申（もう）し込（こ）まれたけれど、はっきり ＿＿＿＿＿ つもりです。

1　ことわる
2　きらう
3　いやがる
4　つきあえない

ごい

15 □□□

295 A「Bさんは泳（およ）げますか。」
B「＿＿＿＿＿ が、ぜんぜん速（はや）くないです。」

1　泳（およ）げるつもりです
2　泳（およ）げることは泳（およ）げます
3　泳（およ）げるかもしれません
4　泳（およ）げるかどうか知（し）りません

ぶんぽう

15 □□□

こたえ

293　**3**　私(わたし)は**経済(けいざい)**に関(かん)する 記事(きじ)をよく読(よ)みます。

I often read articles related to the economy.
Tôi hay đọc những bài viết liên quan đến kinh tế.

もじ

経	**ケイ**：経済(けいざい)・経験(けいけん)する experience / có kinh nghiệm
	経営(けいえい)する manage / kinh doanh・神経(しんけい) nerve / thần kinh
済	**サイ**：経済(けいざい)
	す (-む)：済(す)む finish, get done / xong, hết, kết thúc
関	**カン**：関係(かんけい)する be related to / liên quan đến, về
	関(かん)する・機関(きかん) organization, agency / cơ quan, tổ chức

294　**1**　田中(たなか)さんに結婚(けっこん)を申(もう)し込(こ)まれたけれど、はっきり**断る(ことわ)**つもりです。

Mr. Tanaka proposed to me but I intend to promptly turn him down.
Anh Tanaka đã cầu hôn với tôi nhưng tôi định từ chối thẳng.

ごい

断る	（ことわる）	refuse / từ chối
嫌う	（きらう）	dislike / ghét ◆ 彼(かれ)はみんなに**嫌(きら)われている**。
嫌がる	（いやがる）	be unwilling / không muốn, không thích, ghét
付き合う	（つきあう）	accompany, go out with / quan hệ, chơi, cùng nhau (làm gì đó)

295　**2**　A「B さんは泳(およ)げますか。」

B「**泳(およ)げることは泳(およ)げます**が、ぜんぜん速(はや)くないです。」

A: "Can you swim?"　B: "I can but I am not fast at all."
A: B có biết bơi không?　B: Biết bơi thì có biết nhưng mà không hề bơi được xa.

ぶんぽう

～ことは～が…　it is ~ but it is not .... /　~ thì có ~ nhưng mà …

- パーティーに行(い)った**ことは**行(い)ったんです**が**、すぐに帰(かえ)ってきました。
- その本(ほん)は高(たか)い**ことは**高(たか)い**けれど**、必要(ひつよう)なので買(か)わなければいけない。

296 A「この毛糸のセーター、いい香りがするね。」
B「うん、これで洗ったの。」

1　もうふ
2　もうし
3　けえと
4　けいと

16 □□□

もじ

297 隣(となり)の家(いえ)のテレビがうるさいので、＿＿＿＿＿を言(い)いに行(い)った。

1　文句(もんく)
2　わがまま
3　不平(ふへい)
4　話(はな)し合(あ)い

16 □□□

ごい

298 その学生(がくせい)は、漢字(かんじ)＿＿＿＿＿、ひらがなもカタカナも書(か)けません。

1　だけで
2　もちろん
3　ぐらいでなく
4　ばかりか

16 □□□

ぶんぽう

もじ

296 **4** A「この**毛糸**のセーター、いい香りがするね。」
B「うん、これで洗ったの。」

A: "This wool sweater smells nice." B: "Yeah. I washed it with this."
A: Chiếc áo len sợi lông này có mùi thơm thế nhỉ! B: Ừ, mình giặt bằng cái này.

[毛] **モウ**：羊毛 wool / lông cừu
け：毛 fur, hair / lông・毛糸
[糸] **いと**：糸 string / chỉ
[香] **コウ**：香水 perfume / nước hoa
かお(-り)：香り

ごい

297 **1** 隣の家のテレビがうるさいので、**文句**を言いに行った。
I went to complain because the TV next door was so loud.
Ti vi nhà hàng xóm ồn nên tôi đã sang phàn nàn.

文句（もんく） complaint / lời kêu ca, lời than phiền, lời phàn nàn
- ◆ **文句**を言う complain about / kêu ca, than phiền, phàn nàn

わがまま selfishness, self-indulgence / ngang bướng
- ◆ **わがまま**な子供 selfish child / đứa trẻ ngang bướng
- ◆ **わがまま**を言う say something selfish / nói bướng

ぶんぽう

298 **4** その学生は、漢字**ばかりか**、ひらがなもカタカナも書けません。
The student cannot so much as write hiragana and katakana, let alone write kanji.
Sinh viên đó đâu chỉ có chữ Hán mà cả chữ Hiragana lẫn chữ Katakana cũng đều không viết được.

N1 ばかりか N2 も **N1 ばかりではなく N2 も**
not only N1 but also N2 / đâu chỉ có N1 mà cả N2 cũng
- ◆ 田中さんは英語**ばかりではなく**、中国語やフランス語**も**話せる。

N1 はもちろん N2 も not only N1 but also N2 / N1 / không chỉ N1 mà N2 cũng
- ◆ 田中さんはピアノ**はもちろん**、ギターやバイオリン**も**できる。

299 畑にたねをまく。

1　草
2　種
3　根
4　豆

もじ

17 □□□

300 田舎の母に電話したが、＿＿＿＿。心配だ。

1　とどかない
2　つながらない
3　もどらない
4　そろわない

ごい

17 □□□

301 一年生は全員、この授業を受ける＿＿＿＿。

1　ことらしい
2　ことのようだ
3　ことをしている
4　ことになっている

ぶんぽう

17 □□□

もじ

299 **2** 畑(はたけ)に**種**(たね)をまく。

Plant seeds in a field.
Tôi gieo hạt ở ruộng.

[根] **ね**：根(ね) root / rễ

[草] **くさ**：草(くさ) grass / cỏ

[種] **シュ**：種(しゅ) type, kind / loại・人種(じんしゅ) race (of people) / nhân loại, loài người
種類(しゅるい) type, variety / loại, chủng loại

たね：種(たね)

ごい

300 **2** 田舎(いなか)の母(はは)に電話(でんわ)したが、**つながらない**。心配(しんぱい)だ。

I called my mother who lives out in the country, but she did not answer. I am worried.
Tôi gọi điện cho mẹ ở quê nhưng không được. Cảm thấy lo!

つながる		be connected / nối
届く	（とどく）	reach / đến nơi
戻る	（もどる）	return, go back / trở lại, quay lại
そろう		be in a complete set, gather into a set/pair / chuẩn bị đầy đủ

ぶんぽう

301 **4** 一年生(いちねんせい)は全員(ぜんいん)、この授業(じゅぎょう)を受(う)ける**ことになっている**。

Every first-year student is expected to take this course.
Tất cả sinh viên năm thứ nhất đều phải tham gia giờ học này.

Vることになっている be expected to do ～ / phải V

◆ 明日(あした)、上司(じょうし)とそのことについて**話し合(はなしあ)うことになっている**。

◆ 大学(だいがく)を卒業(そつぎょう)したら、父(ちち)の仕事(しごと)を**継(つ)ぐことになっている**。

302 <u>非常階段</u>はあそこです。

1　ひじょうかいだん
2　いじょうかいだん
3　ひじょうけいだん
4　いじょうけいだん

もじ

18 □□□

303 停電(ていでん)なのか、電気(でんき)が 消(き)えて ＿＿＿＿ 何(なに)も見(み)えない。

1　まっくろで
2　うすくらくて
3　まっくらで
4　うすぐろくて

ごい

18 □□□

304 気(き)に入(い)った靴(くつ)があったけど、買(か)えなかったよ。
＿＿＿＿。

1　高(たか)かっただけ
2　高(たか)かったんだって
3　高(たか)かったとか
4　高(たか)かったんだもん

ぶんぽう

18 □□□

もじ

302 **1** **非常階段**はあそこです。

The emergency stairs are over there.
Cầu thang thoát hiểm ở phía đằng kia.

非	**ヒ**：非常・非常口 emergency exit / cửa thoát hiểm・非常に extremely / rất
階	**カイ**：階段・1階、2階、3階…
段	**ダン**：階段・段階 level / mức, trình độ, giai đoạn 手段 means, way / phương tiện, phương pháp

ごい

303 **3** 停電なのか、電気が消えて**真っ暗で**何も見えない。

I wonder if there is a power outage. The lights have gone out and it is so dark that I cannot see anything.
Không biết có phải bị mất điện hay không mà đèn bị tắt, tối om, không nhìn thấy gì.

真っ暗な（まっくらな） completely dark / tối om, tối đen như mực

真っ黒な（まっくろな） deep-black / đen ngòm, đen kịt

＊真っ青な・真っ赤な〈読み方に注意！〉

薄暗い（うすぐらい） dusky / mờ tối

ぶんぽう

304 **4** 気に入った靴があったけど、買えなかったよ。**高かったんだもん**。

There was a pair of shoes I liked but I could not buy them because they were too expensive.
Đã có đôi giày ưng ý đấy nhưng tôi không mua được. Vì đắt!

（だって）～もの／もん ＊理由 reason / Lí do

◆ A「どうして食べないの？」 B「**だって**まずいんだ**もん**。」

～とか **～んだって** ＊伝聞 hearsay / Truyền đạt lại thông tin đã nghe được

◆ 社長が入院した**とか**。

◆ 田中さん、結婚する**んだって**。

305 勝ったチームだけでなく、どのチームもよく<u>たたかった</u>。

1　戦った
2　争った
3　競った
4　健った

もじ

19 □□□

306 夜中(よなか)に起(お)きて水(みず)を飲(の)むのが ＿＿＿＿ しまった。

1　くりかえして
2　ためになって
3　くせになって
4　あたりまえにして

ごい

19 □□□

307 今日(きょう)のコンサート、何時(なんじ)から ＿＿＿＿ ？

1　だっけ
2　とか
3　っぽい
4　なあ

ぶんぽう

19 □□□

305 **1** 勝(か)ったチームだけでなく、どのチームもよく**戦(たたか)った**。

All teams played really well, not just the winners.
Không chỉ có đội thắng mà đội nào cũng đấu tốt.

もじ

[勝] **ショウ**：優勝(ゆうしょう)する win the championship / về nhất, vô địch
か (-つ)：勝(か)つ・勝手(かって)に as one likes / tự tiện, tự ý

[戦] **セン**：戦争(せんそう) war / chiến tranh・延長戦(えんちょうせん) extended game / hiệp phụ, trận đấu phụ
たたか (-う)：戦(たたか)う

[争] **ソウ**：競争(きょうそう)する compete / cạnh tranh・論争(ろんそう)する argue, dispute / tranh luận
あらそ (-う)：争(あらそ)う fight, compete / đấu tranh, tranh nhau

306 **3** 夜中(よなか)に起(お)きて水(みず)を飲(の)むのが**くせになって**しまった。

I gained a habit of getting up in the middle of the night to drink water.
Việc thức dậy giữa đêm uống nước đã trở thành thói quen mất rồi.

ごい

[くせになる] become a habit / trở thành tật, trở thành thói quen (xấu)

[くり返す] （くりかえす） repeat / nhắc lại, lặp lại

[ためになる] be beneficial / có ích, bổ ích （＝役(やく)に立(た)つ）

[当たり前] （あたりまえ） ordinary, obvious, normal / đương nhiên

307 **1** 今日(きょう)のコンサート、何時(なんじ)から**だっけ**？

What time does today's concert start?
Buổi hòa nhạc ngày hôm nay bắt đầu từ mấy giờ đấy nhỉ?

ぶんぽう

[～っけ？] ＊忘(わす)れたことを思(おも)い出(だ)したり確(たし)かめたりするときに使(つか)う
used when trying to remember something you forgot or to confirm something
Sử dụng khi nhớ ra hoặc muốn xác nhận điều đã quên.

- 卒業式(そつぎょうしき)、いつだ**っけ**？
- これ、前(まえ)にも話(はな)した**っけ**？

[～っぽい] seems like ~ , just like ~ / có vẻ, hay

- あの子(こ)、まだ 13 歳(さい)なのに、大人(おとな)**っぽい**ね。（＝大人(おとな)みたいだ）
- 最近(さいきん)、忘(わす)れ**っぽく**なった。（＝よく忘(わす)れるようになった）

308 この会社は家具や食器を製造している。

1　せいぞう
2　せいじょう
3　そうぞう
4　そうじょう

20 □□□

もじ

309 今日(きょう)は暑(あつ)かった。早(はや)くシャワーを浴(あ)びて ＿＿＿＿ したい。

1　あっさり
2　こっそり
3　さっぱり
4　すっかり

20 □□□

ごい

310 私(わたし)は1995年(ねん) a＿＿＿＿ 2000年(ねん) b＿＿＿＿、ニューヨークに住(す)んでいました。

1　a. いじょう　　b. にかけて
2　a. にわたり　　b. まで
3　a. から　　b. にかけて
4　a. より　　b. わたり

20 □□□

ぶんぽう

もじ

308 **1** この会社は家具や食器を**製造**している。

This company produces things like furniture and tableware.
Công ty này sản xuất đồ gia dụng và bát đĩa.

[具] グ：道具 tool, implement / dụng cụ・家具

[器] キ：器具 appliance / dụng cụ, thiết bị, đồ・食器

[造] ゾウ：製造する・構造 structure / cấu tạo

つく (-る)：造る make / làm, tạo ra

ごい

309 **3** 今日は暑かった。早くシャワーを浴びて**さっぱり**したい。

It was hot today. I want to take a shower now and refresh myself.
Ngày hôm nay nóng. Tôi muốn nhanh chóng tắm vòi cho dễ chịu.

[さっぱり] feeling refreshed / sạch sẽ, dễ chịu, sảng khoái, chẳng… gì cả

◆ **さっぱり**する be refreshed / sạch sẽ, dễ chịu, sảng khoái

＊さっぱりわからない do not understand at all / chẳng hiểu gì cả

[あっさり] lightly / thanh ◆ **あっさり**した味 light flavor / vị thanh

[こっそり] secretly, stealthily / lén lút, bí mật

◆ **こっそり**逃げる furtively run away / bí mật lẩn trốn

ぶんぽう

310 **3** 私は 1995 年 a **から** 2000 年 b **にかけて**、ニューヨークに住んでいました。

From 1995 to 2000, I lived in New York. / Tôi đã sống ở New York từ năm 1995 đến năm 2000.

[N1 から N2 にかけて] ＊N＝時・場所 time · place / thời gian, địa điểm

◆ 昨夜、関東**から**東北**にかけて**大雨が降った。

[N にわたって] over N, for N, across N / trải qua N, suốt N

＊N ＝時間・回数・場所の範囲
time · number of times · range of place / thời gian, số lần, phạm vi địa điểm

◆ その会議は 5 日間**にわたって**行われた。

311 <u>国際</u>会議で決まったことを報告する。

1　こくせい
2　こくぜい
3　こくさつ
4　こくさい

もじ

21 □□□

312 早(はや)く仕事を ＿＿＿＿＿ 、飲(の)みに行(い)こう。

1　終(お)わられて
2　済(す)ませて
3　仕上(しあ)がらせて
4　できあげて

ごい

21 □□□

313 ＿＿＿＿＿ 、私(わたし)は彼(かれ)と結婚(けっこん)します。

1　たとえ親(おや)が反対(はんたい)したら
2　たとえば親(おや)に反対(はんたい)したら
3　たとえ親(おや)に反対(はんたい)されても
4　たとえば親(おや)が反対(はんたい)されても

ぶんぽう

21 □□□

もじ

311 **4** **国際**会議で決まったことを報告する。

I am going to report the decisions that were agreed upon at the international conference.
Tôi báo cáo những việc đã được quyết định trong phiên họp quốc tế.

[際] **サイ**：国際的な international / (mang tính) quốc tế
～の際 on the occasion of ... / khi, nhân dịp

[議] **ギ**：会議・不思議な strange, curious / kỳ lạ

[決] **ケツ**：解決する solve / giải quyết・決定する decide / quyết định
決心する make up one's mind / quyết tâm

き (- まる /- める)：決まる・決める decide / quyết định

ごい

312 **2** 早く仕事を**済ませて**、飲みに行こう。 **OK** 仕上げて／終わらせて

Let's hurry up and finish with work and go get some drinks.
Nhanh nhanh kết thúc công việc rồi đi nhậu nào!

済む (すむ) finish, get done / kết thúc, xong (＝終わる)

- 食事が**済む**

済ませる (すませる) finish, make an end of, get through with / kết thúc, làm xong
(＝終わらせる)

- 宿題を**済ませる**

＊ 済ます

- 仕事を済ます

ぶんぽう

313 **3** **たとえ親に反対されても**、私は彼と結婚します。

OK もしも親に反対されても

I will marry him even if my parents do not approve.
Cho dù có bị bố mẹ phản đối, tôi vẫn lấy anh ấy.

たとえ～ても (＝もしも～ても)

- **たとえ**熱が出て**も**、明日の会議には出ます。
- **たとえ**冗談で**も**、そんなことを言うのはよくない。

314 トイレを使ったら、ここを押して水を<u>ながして</u>ください。

1　流して
2　移して
3　過して
4　汚して

22 □□□

もじ

315 もう、5時（じ）だ。夕飯（ゆうはん）の ＿＿＿＿ をしなくちゃ。

1　しあがり
2　かたづけ
3　ようじ
4　したく

22 □□□

ごい

316 その学生（がくせい）は、講義（こうぎ）を最後（さいご）まで聞（き）かない ＿＿＿＿ 教室（きょうしつ）を出（で）て行（い）った。

1　あいだに
2　うちに
3　までに
4　最中（さいちゅう）に

22 □□□

ぶんぽう

314 **1** トイレを使ったら、ここを押して水を**流して**ください。

After you have used the restroom, press here to flush.
Khi dùng xong toilet, hãy ấn chỗ này để xả nước!

もじ

[流] リュウ：流行 fashion / thời trang・交流する interchange, exchange / giao lưu
なが (-れる/-す)：流れる flow / chảy・流す

[移] イ：移動する move, transfer / di chuyển
うつ (-る/-す)：移る move, transfer, spread (sickness) / chuyển
移す move, shift (something) / di chuyển, chuyển

[過] カ：過去 past / quá khứ・通過する pass / đi qua・過失 mistake / lỗi
す (-ぎる/-ごす)：過ぎる exceed / quá, đi quá・～過ぎ too ～, excessively ～ / quá ～
過ごす spend (time) / qua, sống qua, trải qua

315 **4** もう、5時だ。夕飯の**支度**をしなくちゃ。

It is already 5:00. I have to get dinner ready.
Đã 5 giờ rồi! Phải chuẩn bị bữa tối thôi.

ごい

支度 (したく) preparations / chuẩn bị, sửa soạn (＝準備)
◆ 旅行の**支度** preparations for a trip / sửa soạn đi du lịch

仕上がり (しあがり) end, completion / hoàn thành

片付け (かたづけ) clean up / dọn dẹp

用事 (ようじ) task, errand / việc riêng, công chuyện

316 **2** その学生は、講義を最後まで聞かない**うちに**教室を出て行った。

The student left the classroom before the class ended.
Sinh viên đó trong lúc buổi giảng chưa hết đã đi ra khỏi phòng học rồi.

ぶんぽう

～うちに while ～, during ～, in the span of ～ / trong lúc

◆ 働ける**うちに**働いてお金を貯めよう。(＝働ける間に)
◆ 暗くならない**うちに**家に帰りなさい。(＝暗くなる前に)
◆ 2、3日の**うちに**お伺いします。(＝2、3日の間に)

317 科学技術の<u>発達</u>とともに、解決すべき問題も生じている。

1　はいたつ
2　はったつ
3　はたつ
4　はだつ

23 □□□

もじ

318 勉強(べんきょう)しろ、勉強(べんきょう)しろって、あんまり ＿＿＿＿ 言(い)われると、やる気(き)がなくなるよ。

1　くわしく
2　うるさく
3　けわしく
4　ばからしく

23 □□□

ごい

319 そんなに夜遅(よるおそ)く、子(こ)どもを ＿＿＿＿ 。

1　外出(がいしゅつ)させないわけだ
2　外出(がいしゅつ)させるわけではない
3　外出(がいしゅつ)させないべきだ
4　外出(がいしゅつ)させるべきではない

23 □□□

ぶんぽう

もじ

317 2 科学技術の<u>発達</u>とともに、解決すべき問題も生じている。

Along with the development of science and technology, new problems arise that must be solved.
Cùng với sự phát triển của khoa học kỹ thuật thì các vấn đề cần giải quyết cũng phát sinh.

[科] カ：科学・教科書 textbook / sách giáo khoa, giáo trình

[達] タツ：発達する develop / phát triển・配達する deliver / chuyển phát
速達 special delivery / chuyển phát nhanh　＊友達

[解] カイ：理解する understand / hiểu, lí giải・解決する・解答 answer / trả lời
と (-ける/-く)：解ける be solved, come untied / giải
解く solve, untie / được giải

ごい

318 2 勉強しろ、勉強しろって、あんまり<u>うるさく</u>言われると、やる気がなくなるよ。

If you keep telling me to study over and over again, I will loose my motivation.
Cứ nói học đi, học đi lắm quá là nó sẽ mất hứng đấy!

うるさい (＝やかましい／そうぞうしい／さわがしい)

◆ **うるさい**通り busy street / con phố ồn ào

◆ **うるさく**言う say the same thing over and over again / nói lắm, cằn nhằn

険しい (けわしい) rugged, steep / nguy hiểm, hiểm trở

◆ **険しい**道 rugged road / con đường hiểm trở

ばからしい absurd / ngốc nghếch

ぶんぽう

319 4 そんなに夜遅く、子供を<u>**外出させるべきではない**</u>。

You should not let children go out so late at night.
Đáng lẽ ra là không nên cho trẻ con ra ngoài muộn như thế.

～べきではない should not ～ / đáng lẽ ra là không nên ～

～べきだ should ～ / đáng lẽ ra là phải ◆ 悪いのは君だから、<u>謝る**べきだ**</u>。

～わけだ no wonder ～ / chả trách, thảo nào ◆ 熱が40度もある。<u>苦しい**わけだ**</u>。

～わけではない it is not that ～ / không phải vì ～

◆ <u>嫌いな**わけではない**</u>が、甘いものはほとんど食べない。

もじ

320 すみません、<u>しお</u>を取ってください。

1　砂
2　油
3　塩
4　乳

24 □□□

ごい

321 A「今(いま)、お茶(ちゃ)をお持(も)ちします。」
B「どうぞ ＿＿＿＿＿＿ 。」

1　おかまいなく
2　ごえんりょなく
3　けっこうです
4　ご苦労様(くろうさま)です

24 □□□

ぶんぽう

322 明日(あした)は一年(いちねん)に一回(いっかい)の試験(しけん)だから、＿＿＿＿＿。

1　休(やす)むわけではない
2　休(やす)まないわけはない
3　休(やす)むわけにはいかない
4　休(やす)まないわけではない

24 □□□

こたえ

もじ

320 **3** すみません、**塩**(しお)を取(と)ってください。

Excuse me, can you pass me the salt?
Xin lỗi, lấy hộ tôi muối với!

塩	**しお**：塩(しお)
砂	**サ**：砂糖(さとう) sugar / đường **すな**：砂(すな) sand / cát
乳	**ニュウ**：牛乳(ぎゅうにゅう) milk / sữa bò

ごい

321 **1** A「今(いま)、お茶(ちゃ)をお持(も)ちします。」 B「どうぞ**おかまいなく**。」

A: "I will bring you some tea right away." B: "Please do not go out of your way for me."
A: Bây giờ tôi sẽ mang trà tới mời ông uống ạ! B: Chị cứ mặc kệ tôi không phải bận tâm đâu!

おかまいなく please do not fuss over me, please do not go out of your way for me
cứ mặc kệ, không phải bận tâm

＊お茶(ちゃ)などを勧(すす)められたときに言(い)う
used when someone offers you tea or other item
Nói khi được mời trà, v.v…

遠慮 （えんりょ） hesitation, restraint / giữ ý, làm khách, khách khí, ngại ngùng

◆ A「～をどうぞ。」B「**遠慮**(えんりょ)なくいただきます。」
A: "Have some ～." B: "Don't mind if I do."
A: Xin mời anh/chị dùng ～ . B: Thế tôi xin phép không khách khí ạ.

ぶんぽう

322 **3** 明日(あした)は一年(いちねん)に一回(いっかい)の試験(しけん)だから、**休(やす)むわけにはいかない**。

I cannot miss school tomorrow because the exam is held only once a year.
Vì ngày mai là kỳ thi một năm mới có một lần nên không thể nghỉ được.

～わけにはいかない **～わけにもいかない** （＝～ということはできない）

◆ 税金(ぜいきん)は払(はら)わない**わけにはいかない**。

～わけ（が／は）ない （＝～はず（が／は）ない）

◆ 先生(せんせい)に怒(おこ)られてうれしい**わけがない**。

◆ 勉強(べんきょう)しないのだから、試験(しけん)ができる**わけはない**。

323 地球温暖化を防ぐ方法を話し合った。

もじ

1　いそぐ
2　あおぐ
3　ふせぐ
4　かつぐ

25 □□□

324 さあ、あとはねぎを細(こま)かく ＿＿＿＿＿ 、のせるだけです。

ごい

1　いためて
2　むいて
3　むして
4　きざんで

25 □□□

325 英語(えいご)は ＿＿＿＿＿ ですが、発音(はつおん)も悪(わる)いし下手(へた)なんです。

ぶんぽう

1　話(はな)せえる
2　話(はな)せえない
3　話(はな)せることもない
4　話(はな)せないことはない

25 □□□

もじ

323 **3** 地球温暖化を**防ぐ**方法を話し合った。

We discussed how to prevent global warming.
Chúng tôi đã thảo luận về phương pháp phòng chống hiện tượng trái đất ấm lên.

球 **キュウ**：地球・野球 baseball / bóng chày・電球 light bulb / bóng điện
たま：球 ball, sphere / bóng, quả cầu, hình cầu

化 **カ**：変化する change / thay đổi・化学 chemistry / hóa học・文化 culture / văn hóa
ケ：化粧 makeup / trang điểm

防 **ボウ**：防止する stop, prevent / phòng chống・予防する prevent / dự phòng
ふせ (-ぐ)：防ぐ

ごい

324 **4** さあ、あとはねぎを細かく**刻んで**、のせるだけです。

Alright. All I have to do now is thinly dice the green onions and put them on top.
Còn bây giờ, ta chỉ cần băm hành và bày lên là xong!

刻む (きざむ) chop / băm, khắc

むく peel / bóc ◆ 皮を**むく**

むす steam / hấp ◆ シューマイを**むす**

いためる sauté, cook / xào ◆ 野菜を**いためる**

＊ご飯を炊く　＊お湯をわかす

ぶんぽう

325 **4** 英語は**話せないことはない**ですが、発音も悪いし下手なんです。

I can speak some English but my pronunciation is poor and I am not very good at it.
Không phải là tôi không nói được tiếng Anh mà phát âm của tôi dở và kém.

～ないことは（／も）ない I can ~ but ... / không phải là không ~

◆ 肉は食べ**ないこともない**ですが、あんまり好きじゃありません。

V得る **V得ない** ＊V~~ます~~える／えない

◆ **あり得る**。（＝あるかもしれない）

◆ **あり得ない**。（＝絶対にない）

326 たいていの冷蔵庫には冷凍庫が付いている。

1　でいとうこ
2　れいとうこ
3　でいぞうこ
4　れいぞうこ

もじ

26 □□□

327 そんなぜいたくなものは、自分で ＿＿＿＿＿ ようになってから買いなさい。

1　かせぐ
2　もうかる
3　とくをする
4　おごる

ごい

26 □□□

328 先生の ＿＿＿＿＿ 、日本語の勉強が楽しくなりました。

1　おかげで
2　せいで
3　ためで
4　くせに

ぶんぽう

26 □□□

こたえ

もじ

326 **4** たいていの<u>**冷蔵庫**</u>には冷凍庫が付いている。

Most refrigerators have freezers too.
Tủ lạnh thông thường là có ngăn đá.

[蔵] **ゾウ**：冷蔵庫

[凍] **トウ**：冷凍庫

こお（-る）：凍る freeze / đóng băng, đông đá

[庫] **コ**：金庫 safe / két đựng tiền, kho bạc

ごい

327 **1** そんなぜいたくなものは、自分で<u>**かせぐ**</u>ようになってから買いなさい。

For something that extravagant, please learn to earn your own money and buy it yourself.
Đồ xa xỉ như thế để khi nào tự mình kiếm được tiền hẵng mua!

[かせぐ]　（お金を）**かせぐ** earn (money) / đi kiếm tiền

[もうかる]　（お金が）**もうかる** make (money) / kiếm được tiền, lãi　＊もうける

[得をする]（とくをする）　make a profit / được lợi ⇔ 損をする

[おごる]　treat (someone to something) / đãi, khao

ぶんぽう

328 **1** 先生の<u>**おかげで**</u>、日本語の勉強が楽しくなりました。

Thanks to my teacher, I have come to enjoy learning Japanese.
Nhờ thày giáo mà việc học tiếng Nhật trở nên vui.

[～おかげで]　thanks to ~, because of ~ / nhờ (chỉ nguyên nhân tốt)

◆ <u>運動した**おかげで**</u>やせた。（＝運動したから）

[～せいで]　due to ~ 〈showing the reason for a bad result〉 / do, tại, lỗi tại ~ (chỉ nguyên nhân xấu)

◆ 電車が<u>遅れた**せいで**</u>遅刻した。（＝遅れたから）

[～くせに]　for (someone who) ~ 〈showing criticism〉 / vậy mà (ý phê phán)

◆ あの子は<u>小学生の**くせに**</u>お化粧をしている。（＝小学生なのに）

329 このラベルには値段やその他、<u>しょうひん</u>に関する情報が書いてあります。

1　賞品
2　製品
3　食品
4　商品

27 □□□

もじ

330 A「田中(たなか)さん、格好(かっこう)いいから女(おんな)の子(こ)がたくさん寄(よ)ってくるでしょう。」
B「とんでもない。まったく ＿＿＿＿ んですよ。」

1　気(き)がない
2　ふられる
3　もてない
4　いやがられる

27 □□□

ごい

331 ぼくが東大(とうだい)を受(う)けても落(お)ちる ＿＿＿＿ 。

1　にちがわない
2　にきまっている
3　ことがちがいない
4　ようきまっている

27 □□□

ぶんぽう

こたえ

もじ

329 **4** このラベルには値段やその他、**商品**に関する情報が書いてあります。

This label has the price as well as information about the product written on it.
Trên cái nhãn này có ghi giá và những thông tin ngoài ra khác liên quan đến sản phẩm.

値 チ：価値 value, worth / giá trị
ね：値 price / giá・値段

他 タ：他の other / khác・その他
他人 stranger, other people / người ngoài, người khác
ほか：他の other ~ / khác, ngoài・～他 other than ~ / ngoài ~ ra

商 ショウ：商業 commerce / thương mại・商品

ごい

330 **3** A「田中さん、格好いいから女の子がたくさん寄ってくるでしょう。」
B「とんでもない。まったく**もてない**んですよ。」

A: "Mr. Tanaka, you are so handsome that I am sure you have many women come after you."
B: "That is not true. I am not popular with women at all."
A: Anh Tanaka trông đẹp trai nên chắc là con gái theo nhiều lắm nhỉ?
B: Làm gì có chuyện đó! Tôi chẳng có cô nào ngó ngàng cả!

もてる be popular / có duyên, nhiều người thích
◆ 女の子に**もてる** be popular with girls/women / có duyên với con gái
⇔ もてない

気がある（きがある） have an interest (in), feel inclined / có hứng

ふる refuse, turn down, dump / từ chối, bỏ
◆ 彼女を**ふる** dump one's girlfriend / bỏ bạn gái ⇔ ふられる

ぶんぽう

331 **2** 僕が東大を受けても落ちる**に決まっている**。

I know I will surely be rejected by Tokyo University if I apply.
Tôi dù có đăng ký trường Đại học tổng hợp Tokyo thì cũng trượt là cái chắc.

～に決まっている **～に違いない** （＝きっと～だ）

◆ それはうそ**に決まっている**。
◆ 日曜日だからレストランは混んでいる**に違いない**。

332 修理が完了したら、営業を再開します。

1　しょり
2　しゅり
3　しゅうり
4　しょうり

28 □□□

333 A「大(おお)きい犬(いぬ)なのに、下(した)を見(み)て ＿＿＿＿ いるよ。」
B「人間(にんげん)が怖(こわ)いんじゃない？」

1　ゆれて
2　なでて
3　ふるえて
4　なめて

28 □□□

334 熱(ねつ)が高(たか)いので病院(びょういん)に行(い)った ＿＿＿＿ 、インフルエンザだと言(い)われた。

1　ところ
2　ところに
3　ところへ
4　ところを

28 □□□

もじ

332 **3** **修理**が完了したら、営業を再開します。

Once the maintenance have been completed, we will reopen for business.
Sửa chữa xong thì mở cửa kinh doanh lại.

修 **シュウ**：修理する・修正する amend, modify / chỉnh sửa

完 **カン**：完全な complete / hoàn toàn, hoành chỉnh・完璧な perfect / hoàn hảo
完成する complete, finish / hoàn thành・完了する

営 **エイ**：営業・営業中 open / đang bán hàng, đang mở cửa
経営する manage / kinh doanh

ごい

333 **3** A「大きい犬なのに、下を見て**ふるえて**いるよ。」
B「人間が怖いんじゃない？」

A: "Even though it is such a big dog, it is staring at the ground and shaking."
B: "Maybe it is afraid of people."
A: Con chó to vậy mà nó cụp mắt run rẩy.
B: Phải chăng nó sợ người?

ふるえる shake, shiver, tremor / rung, run rẩy
ゆれる shake, sway / đung đưa, lắc lư, lung lay
なでる pet, stroke / vuốt ve
なめる lick / liếm

ぶんぽう

334 **1** 熱が高いので病院に行った**ところ**、インフルエンザだと言われた。

I went to a hospital because of a high fever and I was told I had influenza.
Bị sốt cao nên tôi thử đi đến bệnh viện xem thế nào thì bị nói là cúm.

Vたところ （＝Vてみたら）

◆ その仕事を田中さんに頼ん**だところ**、引き受けてくれた。

～ところを （＝今～（な）のに）

◆ お忙しい**ところを**来ていただいて、ありがとうございました。

335 笑っているように<u>なく</u>鳥がいる。

1　泣く
2　拉く
3　鳴く
4　嶋く

もじ

29 □□□

336 そんなに目(め)を ＿＿＿＿ だめよ。アレルギーの薬(くすり)、ちゃんと飲(の)んでる？

1　こすっちゃ
2　ひねっちゃ
3　ほどいちゃ
4　つまっちゃ

ごい

29 □□□

337 今日(きょう)の新聞(しんぶん) ＿＿＿＿ 、今年(ことし)の夏(なつ)はいつもより暑(あつ)いそうです。

1　によって
2　について
3　にとって
4　によると

ぶんぽう

29 □□□

もじ

335 **3** 笑(わら)っているように**鳴(な)く**鳥(とり)がいる。

There are birds that sing as they are laughing.
Có con chim hót như là cười.

[笑] **わら** (-う)：笑(わら)う
　え (-む)：笑顔(えがお) smile, smiling face / mỉm cười, mặt tươi cười

[鳴] **な** (-く)：鳴(な)く
　な (-る/-らす)：鳴(な)る ring, chime / reo, kêu
　鳴(な)らす ring, chime (a bell) / rung (chuông), bấm (còi)

[泣] **な** (-く)：泣(な)く cry, weep / khóc

ごい

336 **1** そんなに目(め)を**こすっちゃ**だめよ。アレルギーの薬(くすり)、ちゃんと飲(の)んでる？

You should not rub your eyes so much. Are you taking allergy medicine like you should be?
Không được dụi mắt như thế đâu! Có uống thuốc dị ứng nghiêm chỉnh không đấy?

[こすする] rub / dụi

[ひねる] twist, wring / vặn

◆ 水道(すいどう)の蛇口(じゃぐち)を**ひねる** turn the water faucet / vặn vòi nước máy

[ほどく] unfasten, untie / gỡ, tháo

◆ ひもを**ほどく** ⇔ 結(むす)ぶ

ぶんぽう

337 **4** 今日(きょう)の新聞(しんぶん)**によると**、今年(ことし)の夏(なつ)はいつもより暑(あつ)いそうです。

OK 今日(きょう)の新聞(しんぶん)によれば

According to today's newspaper, this summer is hotter than usual.
Theo như báo ngày hôm nay viết thì mùa hè năm nay nóng hơn mọi năm.

[Nによると] [Nによれば] according to N / theo như N thì

[Nによって] ＊N＝手段(しゅだん) means / cách thức, phương pháp

◆ 父(ちち)は努力(どりょく)**によって**成功(せいこう)した。

[Nにとって] for N, to N / đối với N ◆ 私(わたし)**にとって**カタカナは難(むずか)しい。

[Nについて] about N, concerning N / về N ◆ 新(あたら)しい計画(けいかく)**について**意見(いけん)を言(い)った。

338 その２倍くらいの厚さに切って焼いてください。

1　あつさ
2　ひろさ
3　ふかさ
4　おもさ

もじ

30 □□□

339 今日(きょう)は、先輩(せんぱい)におごってもらったし、くじ引(び)きで２等(とう)が当(あ)たったし、＿＿＿＿なあ。

1　ましになった
2　ついてた
3　おしかった
4　うけてた

ごい

30 □□□

340 このレストラン、有名(ゆうめい)な店(みせ)＿＿＿＿、あんまりおいしくないですね。

1　にしても
2　によっても
3　にしては
4　にとっては

ぶんぽう

30 □□□

338 **1** その２倍くらいの<u>厚さ</u>に切って焼いてください。

Please cut it into pieces about twice as thick as that and cook it.
Hãy cắt dày gấp đôi cái đó rồi nướng!

[倍] **バイ**：倍・１倍、２倍、３倍…

[厚] **コウ**：厚生労働省
Ministry of Health, Labour and Welfare / Bộ Y tế Lao động và Phúc lợi

あつ (-い)：厚い thick / dày・厚かましい impudent / mặt dày, trơ tráo, vô liêm sỉ

[焼] **や** (-く /-ける)：～を焼く
～が焼ける
be cooked, be burned / bị cháy, được nướng chín, bị cháy nắng

339 **2** 今日は、先輩におごってもらったし、くじ引きで２等が当たったし、<u>ついてた</u>なあ。

Today, my sempai paid my share, me lunch today, and the fortune I won the second prize in a ruffle, so I am feeling lucky.
Hôm nay được đàn anh khao, rồi lại bốc thăm trúng giải nhì, may mắn làm sao!

[ついている] be lucky, have good fortune / may mắn, hên（＝ラッキーだ）

[ましになる] be better / đỡ, khỏi, ổn

[おしい] too bad, unfortunate / tiếc, đáng tiếc

340 **3** このレストラン、有名な店<u>にしては</u>、あんまりおいしくないですね。 **OK** 有名な店のわりには

Even though this restaurant is famous, it is not very good.
Nhà hàng này là nhà hàng nổi tiếng vậy mà không ngon lắm.

[～にしては] [～わりには]（＝～（な）のに）

◆ 田中さんは<u>日本人にしては</u>背が高い。（＝日本人のわりには）
Mr. Tanaka is tall for a Japanese person. / Anh Tanaka là người Nhật Bản vậy mà dáng cao.

[～にしても] for a ～〈I admit that ～ but〉/ cho dù là ～ đi chăng nữa thì…

◆ ダイヤモンドは<u>高いにしても</u>、これは高すぎると思います。

もじ

341 誕(たん)生日に人形をもらいました。→284

1　にんぎょ　　2　にんぎょう

1 □□□

342 土産にこうすいを買ってきた。→296

1　香水　　2　幸水

2 □□□

ごい

343 果物はビタミンCを多く ＿＿＿＿ 。→267

1　集める　　2　含(ふく)む

1 □□□

344 そんな仕事をだれも引き受けないのは、＿＿＿＿ と思いますよ。→306

1　あたりまえだ　　2　もうしわけない

2 □□□

ぶんぽう

345 リンさんは、クラスで一番よくできる。だから、試験に落ちる ＿＿＿＿ 。→322

1　わけがない　　2　わけにはいかない

1 □□□

346 中級(ちゅうきゅう)の問題 ＿＿＿＿ 、そんなに難(むずか)しくありませんよ。→277

1　といっても　　2　というより

2 □□□

もじ

347 店員には元気な人を求めます。→ 266

1　まとめます　　2　もとめます

3 □□□

348 せんそうがなくなってほしい。→ 305

1　競争　　2　戦争

4 □□□

ごい

349 この辺(あた)りは、雪が降っても ＿＿＿＿ ことはほとんどありません。→ 285

1　つつむ　　2　つもる

3 □□□

350 もう少し、塩か何かを入れたらどう？ちょっと ＿＿＿＿ しすぎているように思うよ。→ 309

1　あっさり　　2　こっそり

4 □□□

ぶんぽう

351 すごく楽しかったよ。あなたも一緒(いっしょ)に ＿＿＿＿ 。→ 274

1　来たらいいのに　　2　来ればよかったのに

3 □□□

352 ＿＿＿＿ 、子供のことを心配するのは当然(とうぜん)です。→ 280

1　親として　　2　親ばかりか

4 □□□

前のページの答え　341 2　342 1　343 2　344 1　345 1　346 1

353 断水のお知らせです。→ 272

1 だんすい　　2 せっすい

5 □□□

354 みらい社会を予想する。→ 272

1 未来　　2 来未

6 □□□

355 今日買えば3割引きだったのに、昨日買って ＿＿＿＿ よ。→ 327

1 そんしちゃった　　2 そんになっちゃった

5 □□□

356 みかんもむいてほしいって、ずいぶん ＿＿＿＿ なご主人ね。→ 297

1 なまいき　　2 わがまま

6 □□□

357 駅に着いた ＿＿＿＿ 忘れ物に気がついて、取りにもどった。→ 292

1 とちゅうに　　2 とたんに

5 □□□

358 もし、私の言うことが本当だった ＿＿＿＿ 、あなたはどうしますか。→ 283

1 としても　　2 としたら

6 □□□

もじ

359 植木に水をやる。→ 284

1　うえき　　2　しょくもく

7 □□□

360 宿題がすんだら、テレビを見る。→ 293

1　住んだ　　2　済んだ

8 □□□

ごい

361 まだ全員が ＿＿＿＿ から、もう少し待ちましょう。→ 300

1　そろわない　　2　まとまらない

7 □□□

362 A「お茶、まだ？」
B「まだお湯(ゆ)が ＿＿＿＿ いないから、ちょっと待って。」→ 324

1　たいて　　2　わいて

8 □□□

ぶんぽう

363 A「田中さん、40 歳(さい)だって。」
B「 ＿＿＿＿ 若く見えるね。」→ 340

1　それにしては　　2　それだけに

7 □□□

364 母はデパートに行く ＿＿＿＿ 、ケーキを買ってくる。→ 292

1　たびに　　2　最中(さいちゅう)に

8 □□□

前のページの答え　353 1　354 1　355 1　356 2　357 2　358 2

365 必要なものは全部そろえた。→278

1 ひつよう　2 しつよう

9 □□□

366 何しゅるいありますか。→299

1 書類　2 種類

10 □□□

もじ

367 ＿＿＿＿ ので、寄ってみました。→276

1 通り過ぎた　2 通りかかった

9 □□□

368 A「どう？まだ頭が痛い？」
B「さっきより ＿＿＿＿ けど、まだ少しね。」→339

1 さっぱりした　2 ましになった

10 □□□

ごい

369 A「来年試験を受けます。」
B「＿＿＿＿、今年は受けないということですね。」→286

1 というより　2 ということは

9 □□□

370 この国の人々に ＿＿＿＿ 一番の問題は、水が不足しているということだ。→337

1 とっての　2 対しての

10 □□□

ぶんぽう

もじ

371 資料をコピーする。→254

1 しょるい　　2 しりょう

11 □□□

372 となりの席にうつる。→314

1 移る　　2 写る

12 □□□

ごい

373 そんなにしょんぼりしてどうしたの？ 彼女に ＿＿＿＿ の？→330

1 ふられた　　2 なめられた

11 □□□

374 A「知っていたけれど、田中さんには教えなかった。」
B「 ＿＿＿＿ ねえ。」→291

1 いじわるだ　　2 いやがる

12 □□□

ぶんぽう

375 みなさんの応援（おうえん）の ＿＿＿＿ 優勝（ゆうしょう）できました。→328

1 おかげで　　2 せいで

11 □□□

前のページの答え　365 1　366 2　367 2　368 2　369 2　370 1

第4週

Week 4
Tuần thứ 4

- ６日目まで終わったら、正解の数を数えて記入しましょう。
- 正解の少ない分野があったら、もう一度やってから７日目に進みましょう。
- ７日目は復習です。終わったら正解の数を記入して、学習の効果を確認しましょう。

◆ At the end of the first six days, count the number of questions that were correct.
◆ If there is a section where you got only a few questions correct, please do it over before moving on to the seventh day.
◆ The seventh day is for reviewing. When you are finished, fill in the number of the correct answers to see how you have improved.

◆ Khi hoàn thành xong 6 ngày đầu tiên, hãy đếm và ghi lại số lượng các câu trả lời mà bạn đã làm đúng.
◆ Nếu có phần nào mà bạn ít trả lời đúng thì hãy làm lại chúng một lần nữa rồi mới chuyển sang phần của ngày thứ 7.
◆ Ngày thứ 7 là bài ôn tập. Khi làm xong, bạn hãy ghi số lượng các câu trả lời đúng để đánh giá lại kết quả học tập.

もじ

	１～６日目	７日目（ふくしゅう）
１回目	／30問	／12問
２回目	／30問	／12問
３回目	／30問	／12問

ごい

	１～６日目	７日目（ふくしゅう）
１回目	／30問	／12問
２回目	／30問	／12問
３回目	／30問	／12問

ぶんぽう

	１～６日目	７日目（ふくしゅう）
１回目	／30問	／11問
２回目	／30問	／11問
３回目	／30問	／11問

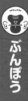

前のページの答え　371 2　372 1　373 1　374 1　375 1

もじ

＿＿＿＿＿ のことばをひらがなは漢字に、漢字はひらがなに直して、正しいものを選択肢から選びなさい。

Choose the correct word from the multiple options after converting the underlined *kanji* word into *hiragana* or the *hiragana* word into *kanji*.

Hãy chọn đáp án đúng sau khi chuyển các từ gạch chân từ chữ Hiragana sang chữ Hán hoặc ngược lại.

ごい

＿＿＿＿＿ のところに何を入れますか。いちばんいいものを選択肢から一つ選びなさい。

What is the right word to fit in the underlined space? Choose the correct word out of the multiple options.

Điền gì vào chỗ trống cho phù hợp? Hãy chọn một đáp án đúng nhất.

ぶんぽう

＿＿＿＿＿ のところに何を入れますか。いちばんいいものを選択肢から一つ選びなさい。

What is the right word to fit in the underlined space? Choose the correct word out of the multiple options.

Điền gì vào chỗ trống cho phù hợp? Hãy chọn một đáp án đúng nhất.

376 雲が広がり、風が<u>吹いて</u>、波も高くなってきた。

1　ひいて
2　ふいて
3　すいて
4　はいて

1□□□

377 ダイエットが成功（せいこう）したのか、彼女（かのじょ）はとても ＿＿＿＿ になったね。

1　ハンサム
2　ユニーク
3　ファッション
4　スマート

1□□□

378 先生（せんせい） ＿＿＿＿ あんな言（い）い方（かた）をしたら失礼（しつれい）だよ。あやまったほうがいいよ。

1　にくらべて
2　にたいして
3　にしたら
4　にとって

1□□□

もじ

376 **2** 雲(くも)が広(ひろ)がり、風(かぜ)が**吹(ふ)いて**、波(なみ)も高(たか)くなってきた。

The clouds are spreading, the wind is blowing, and the waves have gotten higher.
Mây kéo đến, gió thổi, sóng cũng cao hơn.

雲	**くも**：雲(くも)
吹	**ふ** (-く)：吹(ふ)く
波	**ハ**：電波(でんぱ) radio wave / sóng, sóng điện
	なみ：波 wave / sóng

ごい

377 **4** ダイエットが成功(せいこう)したのか、彼女(かのじょ)はとても**スマート**になったね。

Perhaps due to her diet going well, she has a slim figure.
Không biết có phải là chế độ ăn kiêng thành công hay không mà cô ấy trở nên thon thả quá nhỉ!

スマート	slender / thon thả, gọn gàng ＊英語(えいご)の意味(いみ)と違(ちが)うので注意(ちゅうい) be careful that the meaning is different than it is in English khác với nghĩa của tiếng Anh nên cần chú ý
ユニーク	unique / độc, độc đáo
ファッション	fashion / thời trang
ハンサム	handsome / đẹp trai ＊女性(じょせい)には使(つか)わない not used toward women / không dùng cho con gái

ぶんぽう

378 **2** 先生(せんせい)**に対(たい)して**あんな言(い)い方(かた)をしたら失礼(しつれい)だよ。謝(あやま)ったほうがいいよ。

It is rude to say such a thing to a teacher. You should apologize.
Dùng cách nói như thế đối với thày giáo là vô lễ đấy! Cậu nên xin lỗi thày đi!

Nに対して to N / đối với N

◆ 田中(たなか)さんは、**子供(こども)に対(たい)して**大変(たいへん)厳(きび)しい。

Nにしたら **Nにすれば** (＝N にとっては)

◆ 洋服(ようふく)を着(き)せるのは**犬(いぬ)にしたら**迷惑(めいわく)だろう。

379 80円の切手を10まいください。

1　箱
2　杯
3　冊
4　枚

2 □□□

もじ

380 最近(さいきん)、お年寄(としよ)りに席(せき)を ＿＿＿＿ 若者(わかもの)が多(おお)いと思(おも)う。

1　まわさない
2　わたさない
3　ゆずらない
4　つながない

2 □□□

ごい

381 明日(あした)、休(やす)んでいいですよ。 ＿＿＿＿、あさっては必(かなら)ず来(き)てください。

1　そのかわりに
2　それにかんして
3　それにくわえて
4　それにたいして

2 □□□

ぶんぽう

もじ

379 **4** 80円の切手を10**枚**ください。

Please give me 10 80-yen stamps.
Hãy bán cho tôi 10 cái tem loại 80 yên.

- 枚 **マイ**：1枚、2枚… one sheet, two sheets ... / 1 tờ, 2 tờ
- 箱 **はこ**：箱 box/ hộp, thùng・ごみ箱 trash box / sọt rác, thùng rác
- 杯 **ハイ**：1杯、2杯… one bowl (cup, glass), two bowls ... / 1 cốc (bát, chén), 2 cốc…
- 冊 **サツ**：1冊、2冊… one book, two books ... / 1 quyển, 2 quyển…

ごい

380 **3** 最近、お年寄りに席を**ゆずらない**若者が多いと思う。

These days, there are many young people who will not give up their seats to elderly people.
Tôi cho rằng, gần đây nhiều thanh niên không nhường chỗ cho người lớn tuổi.

- **ゆずる** give up (to) / nhường
- **渡す**（わたす） pass, give / giao cho, chuyển cho
- **回す**（まわす） turn, spin / xoay, quay
- **つなぐ** ◆手を**つなぐ** hold hands / nắm tay nhau

ぶんぽう

381 **1** 明日、休んでいいですよ。**そのかわりに**、あさっては必ず来てください。

You can have tomorrow off, but make sure you come the day after tomorrow instead.
Ngày mai nghỉ cũng được đấy. Bù lại, ngày kia nhất định phải đến!

～かわりに instead (of ～) / bù lại, bù vào, thay

◆ 私が日本語を教える**かわりに**、英語を教えてくれませんか。

◆ あなたの**かわりに**私が行きましょうか。

382 混んでいる通勤電車で、足を組んだり通路に荷物を置いたりすると、じゃまになる。

1　くんだり
2　ふんだり
3　うんだり
4　もんだり

もじ

3 □□□

383 東京(とうきょう)での生活(せいかつ)は、家賃(やちん)も高(たか)いし、＿＿＿＿です。

1　らく
2　きつい
3　はげしい
4　もったいない

ごい

3 □□□

384 こんなにたくさんの料理(りょうり)、いくらぼくでも食(た)べ＿＿＿＿よ。

1　かけない
2　たてない
3　きれない
4　おえない

ぶんぽう

3 □□□

もじ

382 **1** 混んでいる通勤電車で、足を**<u>組んだり</u>**通路に荷物を置いたりすると、じゃまになる。

Doing things like crossing your legs or putting your baggage on the floor on a crowded commuting train gets in the way of other people.
Trong tàu điện vào giờ đi làm đông, nếu ngồi gác chân hay để hành lý ở lối đi sẽ vướng mọi người.

[勤] **キン**：通勤する・勤務する work, labor / làm việc
つと（-める）：勤める employ / làm việc

[組] **くみ**：番組 (TV, radio) program / chương trình **く（-む）**：組む

[路] **ロ**：道路 road / đường, đường bộ・線路 railway / đường sắt・通路

ごい

383 **2** 東京での生活は、家賃も高いし、**<u>きつい</u>**です。

Due to things like the high cost of rent, living in Tokyo is rough.
Cuộc sống ở Tokyo nhà thuê đắt đỏ, chật vật.

[きつい]
- ◆ 生活が**きつい** living is rough / cuộc sống chật vật（＝きびしい）
- ◆ ズボンが**きつい** pants are tight / quần chật ⇔ ゆるい

[楽な]（らくな） comfortable, easy / thoải mái, nhàn
- ◆ どうぞ**楽に**なさってください。

ぶんぽう

384 **3** こんなにたくさんの料理、いくら僕でも食べ**<u>切れない</u>**よ。

There is no way that even I can eat this much food.
Món ăn nhiều thế này, tôi có ăn khỏe đến mấy cũng không ăn hết nổi đâu!

[V切る] finish V, do V completely / V hết

＊ 100% ～する do ~ 100 percent / làm cái gì đó đến độ 100%

◆ 使い**切る** ◆ 読み**切る** ◆ 食べ**切る**

[Vかける] start to V, just begin V / đang V dở
- ◆ 本を<u>読み**かけた**</u>とき、電話が鳴った。（＝読み始めたとき）
- ◆ <u>食べ**かけ**</u>のパン（＝食べている途中の）

385 あのけんについての感想をお聞かせください。

1　案
2　事
3　件
4　題

4 □□□

386 A「車(くるま)、混(こ)んでいるね。」
B「うん、全然(ぜんぜん)進(すす)まないから ______ するよ。」

1　のろのろ
2　どきどき
3　ぎりぎり
4　いらいら

4 □□□

387 日本(にほん)では、北(きた)へ行(い)けば行(い)く ______ 寒(さむ)くなります。

1　ほど
2　くらい
3　せいか
4　からか

4 □□□

もじ

385 **3** あの**件**についての感想をお聞かせください。

Please let me know what your thoughts are concerning that matter.
Chị hãy nói cho chúng tôi nghe cảm tưởng của chị về việc đó!

件 **ケン**：件・事件 incident / vụ, vụ việc・条件 conditions, terms / điều kiện

想 **ソウ**：思想 thought, ideology / tư tưởng・感想

感 **カン**：感動する be impressed, be moved / cảm động, xúc động
感心する admire, wonder / khâm phục・感じる feel / cảm thấy
感情 emotion / tình cảm・感覚 sense/ cảm giác

ごい

386 **4** A「車、混んでいるね。」
B「うん、全然進まないから<u>いらいら</u>するよ。」

A: "It's packed with cars." B: "Yeah. We're not moving at all. It is really irritating."
"A: Đông xe thế nhỉ! B: Ừ, chẳng nhúc nhích được tí nào, sốt ruột lắm rồi!"

いらいら be irritated / sốt ruột, nóng ruột
◆ **いらいら**する become irritated / sốt ruột, nóng ruột

のろのろ slow, sluggish / chậm chạp, lừ đừ
◆ **のろのろ**歩く walk sluggishly / đi chậm chạp

どきどき throb, beat / hồi hộp ◆ **どきどき**する be excited / hồi hộp

ぎりぎり just barely / sát nút
◆ **ぎりぎり**間に合う make it just in time, just barely make it in time / kịp sát nút

ぶんぽう

387 **1** 日本では、北へ行けば行く**ほど**寒くなります。

In Japan, it gets colder as you go north.
Ở Nhật Bản, càng đi về phía Bắc càng lạnh.

（～ば）～ほど -er ~ as ~ / càng ~ càng ~

◆ 山は<u>登れ**ば**登る**ほど**</u>、気温が低くなる。

◆ <u>若い人**ほど**</u>よく寝る。

～せいか perhaps due to ~ / không biết có phải lỗi tại ~ không mà...

◆ <u>重いものを持った**せいか**</u>、腰が痛い。（＝重いものを持ったためか）

388 うちでは娘も息子も一日に２回シャワーを<u>浴びる</u>。

1　おびる
2　わびる
3　なびる
4　あびる

5 □□□

もじ

389 ちょっと、この椅子(いす)を ＿＿＿＿ くれる？　掃除機(そうじき)かけるから。

1　どけて
2　かたづいて
3　はずして
4　くずして

5 □□□

ごい

390 このパソコンは修理(しゅうり)しても直(なお)らないのだから、捨(す)てるより ＿＿＿＿ 。

1　こそない
2　だけない
3　しかない
4　ほかない

5 □□□

ぶんぽう

もじ

388 **4** うちでは娘も息子も一日に２回シャワーを<u>**浴びる**</u>。

At our home, both my daughter and son take two showers a day.
Ở nhà tôi, cả đứa con trai lẫn đứa con gái đều tắm vòi một ngày hai lần.

[息] **ソク**：休息する rest, settle / nghỉ giải lao
いき：息 breath / hơi thở　＊息子

[娘] **むすめ**：娘

[浴] **あ**（-びる）：浴びる　＊浴衣

ごい

389 **1** ちょっと、この椅子を<u>**どけて**</u>くれる？　掃除機かけるから。

OK 片付けてくれる？

Can you move this chair out of the way? I am going to vacuum.
Dạt cái ghế ra hộ cái có được không? Để tôi còn hút bụi.

[**どける**] move, move out of the way / dạt, tránh (cái gì đó) ra

＊どく

◆ ちょっと、どいてください。Please move a little./ Hãy tránh ra một cái nào!

[**外す**]（はずす） remove / tháo, rời　◆ ボタンを**外す** remove a button / tháo cúc

[**くずす**] break (money into smaller denominations) / phá, dỡ

◆ お札を**くずす** get change for a monetary bill / phá tờ tiền giấy

ぶんぽう

390 **4** このパソコンは修理しても直らないのだから、捨てるより<u>**ほかない**</u>。　**OK** 捨てるしかない

This computer cannot be repaired, so we might as well throw it out.
Cái máy tính này có sửa cũng không chữa được nên chỉ còn cách vứt đi thôi.

[**Vるよりほか（は）ない**] [**Vるしかない**] （＝Vなければならない）

〈emphasizing the fact that there is nothing else that can be done〉 / chỉ còn cách V

◆ 明日は手術の日だ。医者に<u>任せ**るよりほかない**</u>。（＝任せるしかない）

◆ お金がないから、買うのを<u>あきらめ**るしかない**</u>。
（＝あきらめるよりほかない）

391 資料を<u>配ります</u>から、参加者の人数を数えてください。

1　こばります
2　くばります
3　めくります
4　まくります

6 □□□

もじ

392 にきびは、無理(むり)やり ＿＿＿＿ とあとが残(のこ)るから、さわらないように。

1　とかす
2　しぼる
3　つぶす
4　ひねる

6 □□□

ごい

393 料理(りょうり)の本(ほん)に ＿＿＿＿ 作(つく)ったのに、おいしくなかった。

1　書(か)いてあるとおりに
2　書(か)いてあったどおり
3　書(か)くことをとおして
4　書(か)くことをつうじて

6 □□□

ぶんぽう

こたえ

391 **2** 資料(しりょう)を**配(くば)ります**から、参加者(さんかしゃ)の人数(にんずう)を数(かぞ)えてください。

I am going to hand out materials, so please count the number of people that will be participating.
Tôi sẽ phát tài liệu nên anh hãy đếm số người tham dự đi!

もじ

[数] **スウ**：数字(すうじ) figure, number / số, chữ số・数学(すうがく) math / toán học
かず：数(かず) number / số, số lượng　**かぞ** (-える)：数(かぞ)える

[加] **カ**：参加(さんか)する・加熱(かねつ)する (apply) heat (to something) / đun
くわ (-わる /-える)：加(くわ)わる join, participate / được thêm, được cộng thêm
加(くわ)える add to / thêm, cộng thêm

[配] **ハイ**：心配(しんぱい)な worrisome / lo lắng・心配(しんぱい)する worry (about) / lo, lo lắng
くば (-る)：配(くば)る

392 **3** にきびは、無理(むり)やり**つぶす**とあとが残(のこ)るから、さわらないように。

If you pop a pimple, it might leave a scar, so try not to touch it.
Trứng cá mà cố tình nặn sẽ để lại sẹo nên cố gắng đừng động vào.

ごい

[**つぶす**] pop, crush, smash / đập, giã dập, làm nát
◆ 箱(はこ)を**つぶす**　＊つぶれる

[**とかす**] comb / chải
◆ 髪(かみ)を**とかす** comb one's hair / chải tóc

[**しぼる**] squeeze, wring / vắt
◆ タオルを**しぼる** wring a towel / vắt khăn

393 **1** 料理(りょうり)の本(ほん)に**書(か)いてあるとおりに**作(つく)ったのに、おいしくなかった。

It did not taste good even though I made it the way the recipe said.
Tôi làm theo y như những gì viết trong sách nấu ăn mà chẳng thấy ngon.

ぶんぽう

[**V とおり（に）**] [**N のとおり（に）**] [**N どおり（に）**]（＝～と同(おな)じように）
◆ そのビルの建築(けんちく)は、**計画(けいかく)どおりに**進(すす)んでいます。

[**N を通して**]（N をとおして）[**N を通じて**]（N をつうじて）　through, via N / thông qua
＊読(よ)み方(かた)に注意(ちゅうい)！
◆ **友人(ゆうじん)を通(つう)じて**、田中(たなか)さんと知(し)り合(あ)いになりました。
（＝**友人(ゆうじん)を通(とお)して**）

394 このくらいの計算なら、慣れているので、<u>まかせて</u>ください。

1　件せて
2　仕せて
3　任せて
4　在せて

7 □□□

もじ

395 このごろすごく肩(かた)がこるんですが、ストレスが ＿＿＿＿ せいかもしれません。

1　はやっている
2　たまっている
3　あつまっている
4　つもっている

7 □□□

ごい

396 ニュースによると、中国(ちゅうごく)で大地震(おおじしん)があった ＿＿＿＿ 。

1　ものだ
2　ことだ
3　ということだ
4　というものだ

7 □□□

ぶんぽう

もじ

394 **3** このくらいの計算(けいさん)なら、慣(な)れているので、<u>任(まか)せて</u>ください。

I'm used to this level of calculation, so leave it to me.
Nếu là tính toán như thế này thì tôi quen rồi nên cứ giao phó cho tôi!

慣 **カン**：習慣(しゅうかん) habit / tập quán, thói quen
な（-れる）：慣(な)れる

算 **サン**：計算(けいさん)する・予算(よさん) budget / kinh phí, ngân sách

任 **ニン**：責任(せきにん) responsibility / trách nhiệm
まか（-せる）：任(まか)せる

ごい

395 **2** このごろすごく肩(かた)がこるんですが、ストレスが<u>たまっている</u>せいかもしれません。

Lately, my shoulders are always stiff. Maybe it is due to stress building up.
Dạo này vai rất bị đau cứng, cũng có thể là do stress.

たまる build up, accumulate / tích tụ, đọng, tích lũy

- 水(みず)が**たまる** water builds up / nước đọng
- お金(かね)が**たまる** accumulate money / tiền tích lũy

流行る（はやる） be popular, catch on, go around / thành dịch, hoành hành

- 風邪(かぜ)が**流行(はや)っている**
  a cold is going around / cảm đang thành dịch

ぶんぽう

396 **3** ニュースによると、中国(ちゅうごく)で大地震(おおじしん)があった<u>ということだ</u>。

According to the news, there was a big earthquake in China.
Theo tin thời sự, ở Trung Quốc đã xảy ra một trận động đất lớn.

～ということだ **～とのことだ** （＝～そうだ）

＊伝聞(でんぶん) hearsay / Truyền đạt lại thông tin đã nghe được

- 今日(きょう)は寒(さむ)かったね。明日(あした)は、<u>暖(あたた)かい**ということだ**</u>よ。
- 田中(たなか)さんは少(すこ)し<u>遅(おく)れる**とのことです**</u>。

397 高い場所の掃除は危険ですから、注意してください。

1　しょうじ
2　そうじ
3　せいそう
4　さくじょ

8 □□□

398 海外旅行(かいがいりょこう)に行(い)くから、だれかに猫(ねこ)を ＿＿＿＿ もらわないといけない。

1　世話(せわ)になって
2　そだてて
3　あたえて
4　あずかって

8 □□□

399 さっき雨(あめ)が ＿＿＿＿、もうやんでいます。

1　降(ふ)ったかのようで
2　降(ふ)ったかと思(おも)ったら
3　降(ふ)っていると思(おも)うと
4　降(ふ)ってないかのようで

8 □□□

こたえ

もじ

397 **2** 高い場所の**掃除**は危険ですから、注意してください。

Cleaning high places can be dangerous, so please be careful.
Dọn dẹp ở trên cao nguy hiểm nên hãy chú ý!

[掃] **ソウ**：掃除

[除] **ジョ**：削除する delete / xóa, loại bỏ

ジ：掃除

のぞ (-く)：除く remove, omit / trừ

[険] **キ**：危険な

ごい

398 **4** 海外旅行に行くから、だれかに猫を**預かって**もらわないといけない。 **OK** 猫の世話をして

I am going to travel overseas, so I have to find someone to watch my cat.
Tôi đi du lịch nước ngoài nên phải nhờ ai đó trông hộ con mèo.

[**預かる**] (あずかる) keep, take charge of / giữ, cầm giữ, trông hộ

＊預ける

◆ 子供を保育園に預ける
leave children in the care of a daycare center / gửi con vào nhà trẻ

◆ お金を銀行に預ける deposit money in a bank / gửi tiền vào ngân hàng

[**育てる**] (そだてる) raise / nuôi

[**与える**] (あたえる) give, present with / cho, giao, trao, đưa, gây

ぶんぽう

399 **2** さっき雨が**降ったかと思ったら**、もうやんでいます。

I thought it was raining a moment ago but it has stopped.
Vừa tưởng mưa xong đã tạnh rồi.

[**Vた(か)と思ったら**] [**Vた(か)と思うと**] (＝Ｖてすぐに)

◆ この子は、泣い**たと思ったら**もう笑っている。

◆ 桜が咲い**たかと思うと**、もう散り始めた。

400 散歩中に、<u>すてられた</u>子猫を見つけた。

1　拾てられた
2　落てられた
3　捨てられた
4　育てられた

9 □□□

401 昨日(きのう)、のども痛(いた)くて熱(ねつ)っぽかったんですが、一日(いちにち)＿＿＿＿＿寝(ね)たら、治(なお)ったようです。

1　すっかり
2　すっきり
3　ぐっすり
4　びっしょり

9 □□□

402 この問題(もんだい)＿＿＿＿＿解(と)いてしまえば、今日(きょう)の宿題(しゅくだい)は終(お)わる。

1　さえ
2　なんか
3　でさえ
4　なんて

9 □□□

こたえ

もじ

400 **3** 散歩中(さんぽちゅう)に、**捨(す)てられた**子猫(こねこ)を見つけた。

While out for a walk, I found a stray kitten.
Đang đi dạo thì bắt gặp một chú mèo con bị bỏ rơi.

散 **サン**：散歩(さんぽ)する

ち (-る)：散(ち)る fall (leave, flower petals), disperse / rơi, rụng

捨 **す** (-てる)：捨(す)てる ⇔ 拾(ひろ)う

猫 **ねこ**：猫(ねこ)

ごい

401 **3** 昨日(きのう)、のども痛(いた)くて熱(ねつ)っぽかったんですが、一日(いちにち)**ぐっすり**寝(ね)たら、治(なお)ったようです。

Yesterday, my throat hurt and I felt feverish, but it seems I got better after sleeping soundly all day.
Hôm qua, cổ họng đau và hơi dâm dấp sốt nhưng đi ngủ tít cho một ngày dậy thì hình như khỏi.

ぐっすり sound asleep / (ngủ) say, tít

◆ **ぐっすり**寝(ね)る sleep soundly / ngủ say, ngủ tít

すっきり be refreshed / sảng khoái, khoan khoái

◆ **すっきり**する feel refreshed / sảng khoái, khoan khoái

びっしょり be soaked / (ướt) sũng

◆ **びっしょり**濡(ぬ)れる

be soaked / ướt sũng, ướt như chuột lột, ướt từ đầu đến chân

ぶんぽう

402 **1** この問題(もんだい)**さえ**解(と)いてしまえば、今日(きょう)の宿題(しゅくだい)は終(お)わる。

I will finish my homework for today once I finish this question.
Chỉ cần giải nốt câu này thôi là xong bài tập về nhà ngày hôm nay.

～さえ…ば once I ～ / chỉ cần … ～ thôi là

◆ この薬(くすり)を飲(の)み**さえ**すれ**ば**、頭痛(ずつう)はすぐに治(なお)りますよ。

～なんか **～なんて** **～など** something such as ～ / ～ ư? …!

＊否定的(ひていてき)な気持(きも)ちを表(あらわ)す showing negative feelings / Biểu thị thái độ phủ định

◆ お金(かね)**なんか**ほしくない。

◆ あの人(ひと)が親切(しんせつ)だ**なんて**、とんでもない。

403 宅配の希望時間を午前中にした。

1　たっぱい
2　たくばい
3　たくぱい
4　たくはい

もじ

10 □□□

404 怪(あや)しい人(ひと)が通(とお)りかかったときだけほえるなんて、＿＿＿＿犬(いぬ)だね。

1　りこうな
2　おとなしい
3　そそっかしい
4　ひとなつっこい

ごい

10 □□□

405 あのクラスは、上級(じょうきゅう)＿＿＿＿やさしい。

1　くせに
2　のわりには
3　に応(おう)じて
4　に対(たい)して

ぶんぽう

10 □□□

もじ

403 **4** **宅配**の希望時間を午前中にした。

I requested that the package be delivered before noon.
Tôi chọn giờ chuyển phát mong muốn là trong buổi sáng.

宅 **タク**：住宅 housing / nhà ở・自宅 house, home / nhà mình
お宅 one's household / nhà, gia đình, chồng, công ty đoàn thể (của người nói chuyện hoặc người thứ ba, tỏ ý kính trọng)
宅配便

希 **キ**：希望 hope / hy vọng

望 **ボウ**：希望する want, hope for / hy vọng, mong muốn
望遠鏡 telescope / kính viễn vọng
のぞ（-む）：望む want, hope for / hy vọng, mong muốn・望み hope / niềm hy vọng

ごい

404 **1** 怪しい人が通りかかったときだけほえるなんて、**利口な**犬だね。

It only barks when someone suspicious walks by. What a clever dog.
Con chó khôn nhỉ! Chỉ sủa khi có người đáng nghi đi qua.

利口な（りこうな） clever, intelligent / khôn, khôn ngoan

おとなしい quiet / không ồn ào, nhẹ nhàng, trầm tính

◆ **おとなしい**子供 a quiet child / đứa trẻ ngoan

そそっかしい careless, heedless / hấp tấp, láu táu

人なつっこい（ひとなつっこい） friendly, sociable / dạn người, dễ thân

◆ **人なつっこい**赤ちゃん friendly baby / đứa trẻ dạn người

ぶんぽう

405 **2** あのクラスは、上級**のわりには**易しい。

That course is pretty easy for an advanced level course.
Lớp đấy cao cấp vậy mà dễ.

Nのわりには （＝Nなのに）

◆ 彼女は年**のわりには**若く見える。

Nに応じて （＝Nに合わせて）

◆ 時と場所**に応じて**、服装や言葉づかいも変わる。

406 この薬は痛みによく<u>効いて</u>、眠くなりません。

1　きいて
2　とどいて
3　ひいて
4　ひびいて

11 □□□

もじ

407 こんな簡単(かんたん)なこともわからない彼(かれ)に、＿＿＿＿しまった。

1　あきて
2　あきれて
3　いやがって
4　いやがられて

11 □□□

ごい

408 まじめな彼(かれ)が休(やす)むなんて、何(なに)か＿＿＿＿違(ちが)いない。

1　あったに
2　あったようで
3　あっただろうに
4　あったらしく

11 □□□

ぶんぽう

こたえ

406 もじ

1 この薬(くすり)は痛(いた)みによく**効(き)いて**、眠(ねむ)くなりません。

This medicine relieves pain well and will not make you sleepy.
Thuốc này có tác dụng chống đau tốt và không buồn ngủ.

[痛] **ツウ**：頭痛(ずつう)

いた（-い）：痛(いた)い painful / đau

[効] **コウ**：有効(ゆうこう)な valid, effective / có hiệu lực・効果(こうか) effect / hiệu quả

き（-く）：効(き)く

[眠] **ねむ**（-る）：眠(ねむ)る sleep / ngủ　**ねむ**（-い）：眠(ねむ)い

407 ごい

2 こんな簡単(かんたん)なこともわからない彼(かれ)に、**あきれて**しまった。

I was surprised at him for not knowing something as simple as this.
Tôi đã không thể tưởng tượng nổi anh ta không hiểu được cả những điều đơn giản như thế này.

あきれる　be shocked, be dumpfounded
không thể tưởng tượng nổi, hết sức ngạc nhiên, ngỡ ngàng

あきる　be tired of / chán

嫌がる（いやがる）　dislike, hate / không muốn, không thích, ghét

408 ぶんぽう

1 真面目(まじめ)な彼(かれ)が休(やす)むなんて、何(なに)か**あったに**違(ちが)いない。

For someone as diligent as he to take a day off, something must have happened for sure.
Một người nghiêm túc như anh ấy mà nghỉ ư? Chắc chắn là có chuyện gì rồi!

～に違いない　（＝きっと～だ）

◆ あの二人(ふたり)、よく似(に)ているから、親子(おやこ)**に違(ちが)いない**。

～まい　（＝～ないだろう）

◆ 病気(びょうき)ではある**まい**。（＝病気(びょうき)ではないだろう）

～まいか　（＝～ないだろうか）

◆ 病気(びょうき)ではある**まいか**。(＝病気(びょうき)ではないだろうか）

409 予約を<u>とりけして</u>ください。

1　取り貸して
2　取り直して
3　取り正して
4　取り消して

12 □□□

もじ

410 ＿＿＿＿ 育(そだ)った子供(こども)には問題(もんだい)が多(おお)いと言(い)われている。

1　かわいがられて
2　しつけられて
3　わがままされて
4　あまやかされて

12 □□□

ごい

411 息子(むすこ)がけがをしたと聞(き)いて、どんなに ＿＿＿＿ 。

1　心配(しんぱい)したっけ
2　心配(しんぱい)したことか
3　心配(しんぱい)したまいか
4　心配(しんぱい)したものだ

12 □□□

ぶんぽう

もじ

409 **4** 予約を**取り消して**ください。

Please cancel my reservation.
Hãy hủy hẹn đi!

[予] ヨ：予習 (study) preparations / học trước・予約
天気予報 weather report / dự báo thời tiết

[約] ヤク：約束 promise / hẹn, hứa・予約

[消] ショウ：消防 firefighting / phòng cháy・消費税 consumption tax / thuế tiêu dùng
き（-える）：消える disappear, fade away / tắt, biến mất
け（-す）：消す erase, extinguish / dập, tắt, xóa・消しゴム eraser / cục tẩy

ごい

410 **4** **甘やかされて**育った子供には問題が 多いと言われている。

They say that children who are spoiled growing up have many problems.
Người ta cho rằng những đứa trẻ được nuông chiều có nhiều vấn đề.

甘やかす （あまやかす） spoil, pamper / chiều, nuông chiều ＊甘える

かわいがる favor, be partial to / yêu chiều, chiều chuộng

しつける discipline / dạy dỗ

ぶんぽう

411 **2** 息子がけがをしたと聞いて、どんなに**心配したことか**。

I was so worried to hear that my son was hurt.
Tôi đã lo lắng đến nhường nào khi nghe con trai tôi bị thương.

どんなに／どれだけ／何度 V たことか ＊強調 emphasis / nhấn mạnh

◆ 遅刻するなと彼に**何度**注意し**たことか**。

～ものだ （＝～のが普通だ）

◆ 子供は早く寝る**ものだ**。遅くまで起きている**ものではない**。

412 夢は、留学して勉強し、国に帰ってから人々の役に立つ仕事をすることです。

1　らくにたつ
2　わきにたつ
3　やくにたつ
4　えきにたつ

13 □□□

もじ

413 手(て)入(い)れをするときは、＿＿＿＿ 布(ぬの)で軽(かる)くふいてください。

1　ぬらされた
2　しめらせた
3　しぼられた
4　かわかされた

13 □□□

ごい

414 土日(どにち)は一週間(いっしゅうかん)の疲(つか)れが取(と)れる ＿＿＿＿、ゆっくり休(やす)むことにしている。

1　ために
2　ように
3　わけで
4　そうで

13 □□□

ぶんぽう

こたえ

412 **3** 夢は、留学して勉強し、国に帰ってから人々の**役に立つ**仕事をすることです。

My dream is to study abroad, and then return to my own country and find a job where I can help people.
Giấc mơ của tôi là đi du học và trở về nước làm công việc có ích cho mọi người.

夢	ム：夢中 be engrossed / say sưa, miệt mài
	ゆめ：夢
留	リュウ：留学する・留学生 exchange student / lưu học sinh
	ル：留守 away (from home) / trông nhà, vắng nhà
役	ヤク：役 role, part / vai, vai trò・役に立つ・市役所 city hall, town hall / tòa thị chính

413 **2** 手入れをするときは、**湿らせた**布で軽くふいてください。

When cleaning, gently wipe it with a damp cloth.
Khi chăm sóc thì hãy lau nhẹ nhàng bằng miếng vải ẩm.

湿らせる	(しめらせる)	moisten, dampen / làm ẩm	＊湿る
ぬらす		make wet / làm ướt	＊ぬれる
乾かす	(かわかす)	dry / sấy, làm khô	＊乾く

414 **2** 土日は一週間の疲れが取れる**ように**、ゆっくり休むことにしている。

OK 疲れを取るために

I usually try to rest on weekends in order to recover from the week's work.
Ngày thứ bảy, chủ nhật tôi cố gắng thong thả nghỉ ngơi để tiêu đi những mệt mỏi của một tuần.

Vように V る　try to ~ / để, sao cho

＊ V ＝無意思動詞／可能形／ない形 non-volitional verb/ potential/ -nai form + V
động từ vô ý thức/ thể khả năng/ dạng ない

- 風が入らない**ように**窓を閉める。
- 忘れない**ように**ノートに書いておこう。

415 この文章を直すのはむずかしい。

1　漢しい
2　難しい
3　涼しい
4　忙しい

14 □□□

もじ

416 お近(ちか)くにお越(こ)しのときは、＿＿＿＿お立(た)ち寄(よ)りください。

1　ついに
2　ぜひ
3　とたんに
4　たまに

14 □□□

ごい

417 信用(しんよう)されたかったら、人(ひと)の悪口(わるくち)を言(い)わない＿＿＿＿。

1　ことだ
2　ことではない
3　ことはない
4　こともある

14 □□□

ぶんぽう

こたえ

415 **2** この文章を直すのは**難しい**。

This writing is difficult to correct.
Sửa bài văn này khó.

もじ

章	**ショウ**：文章
直	**チョク**：直線 a straight line / đường thẳng・直接 direct, directly / trực tiếp
	ジキ：正直な honest / chính trực
	なお（-る/-す）：～が直る ~ is repaired / ~ khỏi, ~ được chữa xong・～を直す
難	**むずか**（-しい）：難しい

416 **2** お近くにお越しのときは、**ぜひ**お立ち寄りください。

Please be sure to stop by the next time you are in the area.
Khi nào bác có dịp đến gần thì nhất định rẽ qua chúng tôi chơi nhé!

ごい

ぜひ	by all means / nhất định ＊強調を表す showing emphasis / Biểu thị ý nhấn mạnh
ついに	finally / cuối cùng, mãi rồi cũng
とたんに	as soon as, just as / vừa mới thì（＝急に）
たまに	sometimes, occasionally / thi thoảng, hiếm khi, họa hoằn

417 **1** 信用されたかったら、人の悪口を言わない**ことだ**。

If you want to be trusted, you should not slander people.
Nếu muốn được tin tưởng thì phải không được nói xấu người khác.

ぶんぽう

Vることだ **Vないことだ** (make sure to) do V / phải

＊助言するときに使う used when giving advice / Sử dụng khi khuyên bảo

◆ 風邪を引いたときは、早く**寝ることです**。

Vること **Vないこと** do V/ do not V / hãy

＊命令を表す showing an order / Diễn tả mệnh lệnh.

◆ 借りた本は一週間以内に**返すこと**。

418 高速道路の左側に<u>遊園地</u>が見えてきた。

1　ゆうえんち
2　ゆえんち
3　ようえんち
4　よえんち

もじ

15 □□□

419 ＿＿＿＿、間(ま)に合(あ)わなかったときは、代(か)わりにスピーチをお願(ねが)いします。

1　とうとう
2　やっと
3　いきなり
4　まんがいち

ごい

15 □□□

420 その本(ほん)なら貸(か)してあげるから、＿＿＿＿ことはないよ。

1　買(か)わない
2　買(か)った
3　買(か)う
4　買(か)える

ぶんぽう

15 □□□

こたえ

418 もじ

1 高速道路の左側に**遊園地**が見えてきた。

An amusement park came into view on the left side of the highway.
Tôi nhìn thấy khu giải trí ở bên trái đường cao tốc.

速　**ソク**：高速道路
　　はや（-い）：速い fast / nhanh

側　**がわ**：右側・左側

園　**エン**：公園 park / công viên・動物園 zoo / vườn bách thú

419 ごい

4 **万が一**、間に合わなかったときは、代わりにスピーチをお願いします。

Just in case I do not make it in time, please make a speech in my stead.
Ngộ nhỡ nếu không đến kịp thì nhờ anh phát biểu thay ạ.

万が一（まんがいち）　just in case / ngộ nhỡ, vạn bất đắc dĩ
　＊「もし（も）」の強調 emphasizing "in the chance that ～"
　Nhấn mạnh ý "Nếu như…".

とうとう　at last, finally / kết cục, rốt cuộc
　＊悪い結果に使うことが多い most often used when the result of something is negative / dùng nhiều để nói kết quả xấu

やっと　at last, finally / cuối cùng, mãi rồi thì
　＊いい結果に使う used in the event of positive results / dùng cho kết quả tốt

いきなり　suddenly / đột nhiên, tự dưng（＝急に）

420 ぶんぽう

3 その本なら貸してあげるから、**買う**ことはないよ。

I will lend you the book so there is no need for you to buy it.
Nếu là sách đó thì tôi sẽ cho anh mượn vì vậy không cần phải mua đâu!

Vることはない　（＝Vなくていい／V る必要はない）

- その傘はついでのときでいいです。わざわざ返しに**来ることはありません**。
- 君が**あやまることはない**よ。悪いのは僕のほうだから。

421 高級な<u>布団</u>も、丸い形のこたつ用のも色々ございます。

1　うどん
2　ふだん
3　ふとん
4　ふたん

16 □□□

もじ

422 もう10年以上(ねんいじょう)も前(まえ)のことなので記憶(きおく)が ＿＿＿＿ になっている。

1　あいまい
2　でたらめ
3　たしか
4　ふあん

16 □□□

ごい

423 「お一人様一点限り(ひとりさまいってんかぎ)」とは、つまり、一人(ひとり)一つしか買(か)えないが、三人(さんにん)なら三(みっ)つ買(か)える ＿＿＿＿ 。

1　ほかない
2　わけがない
3　にきまっている
4　ということだ

16 □□□

ぶんぽう

もじ

421 **3** 高級な<u>布団</u>も、丸い形のこたつ用のも色々ございます。

There are many types of futons; high quality ones and round-shaped ones for use with kotatsu.
Chúng tôi có nhiều loại kể cả chăn cao cấp lẫn loại dùng cho bàn sưởi Kotatsu tròn.

布 **フ**：財布 wallet / ví・布団・毛布 blanket / chăn

級 **キュウ**：初級 beginning level / sơ cấp・中級 intermediate level / trung cấp
上級 advanced level / cao cấp

丸 **まる**：丸 circle / hình tròn, khoanh tròn
まる (-い)：丸い

ごい

422 **1** もう 10 年以上も前のことなので記憶が<u>あいまい</u>になっている。

It happened more than 10 years ago, so my memory is a little fuzzy.
Chuyện hơn 10 năm về trước rồi nên trí nhớ trở nên không rõ ràng.

あいまいな vague / không rõ ràng, mập mờ

◆ **あいまいな**言葉 vague words / từ ngữ không rõ ràng

でたらめ random, nonsensical / nghịch ngợm, vớ vẩn

確かな (たしかな) sure, definite / chính xác, tin cậy, chắc chắn

不安な (ふあんな) uneasy, uncertain / bất an, lo lắng

ぶんぽう

423 **4** 「お一人様一点限り」とは、つまり、一人一つしか買えないが、三人なら三つ買える<u>**ということだ**</u>。

When they say "there is limited to one per person", it means you can only buy one each, but three people can buy three.
"Mỗi khách chỉ được mua một" có nghĩa là một người chỉ được mua một cái nhưng nếu là ba người thì có thể mua được ba cái.

（つまり）～ということだ in other words, it means ～ / có nghĩa là, tức là

＊説明するときに使う used when explaining something / Dùng khi gải thích

◆「年中無休」、<u>**つまり**、この店はいつでも営業している**ということだ**</u>。

424「本当に申しわけないが、今月は給料がはらえない。」と社長は言った。

1　費えない
2　払えない
3　賃えない
4　与えない

17 □□□

もじ

425 毎日体操(まいにちたいそう)をしないといけないのに、このごろ ＿＿＿＿ 一週間(いっしゅうかん)もしないこともある。

1　へらして
2　あきれて
3　はぶいて
4　なまけて

17 □□□

ごい

426 すみません、電車(でんしゃ)が遅(おく)れた ＿＿＿＿、遅(おそ)くなってしまいました。

1　ものですから
2　ことですから
3　んですから
4　わけですから

17 □□□

ぶんぽう

こたえ

もじ

424 **2**「本当に申しわけないが、今月は給料が**払えない**。」と社長は言った。

The president said, “I am truly sorry, but we will be unable to pay this month's salaries.”
Giám đốc nói là “Thật sự xin lỗi anh, tháng này không trả được lương.”

当 **トウ**：適当な appropriate / thích đáng, thích hợp

あ（-たる/-てる）：当たる hit / trúng ・当てる hit / đánh trúng

給 **キュウ**：給料・供給 supply, provision / lương ⇔ 需要

払 **はら**（-う）：払う・支払う pay / trả, chi trả, thanh toán

ごい

425 **4** 毎日体操をしないといけないのに、このごろ**なまけて**一週間もしないこともある。

Even though I have to exercise every day, these days I have been lazy and sometime do not exercise for a whole week.
Hàng ngày phải tập thể dục vậy mà dạo này tôi lười có khi cả tuần liền không tập.

怠ける（なまける） be lazy, slack off / lười ＊怠け者

＊サボる

◆ 授業をサボる（＝授業に出ない）

省く（はぶく） exclude, leave out / lược bỏ

ぶんぽう

426 **1** すみません、電車が遅れた**ものですから**、遅くなってしまいました。

OK 遅れて／遅れたので／遅れましたから／遅れたんです。それで

I am sorry, but I am late because the train was delayed.
Xin lỗi tàu điện trễ thành thử tôi bị đến muộn.

～ものだから because of ～（＝～なので）

＊「ものですから」は丁寧な言い方

“ものですから” is the polite form
ものですから là cách nói lịch sự.

◆ 父は毎日暇な**ものだから**、テレビばかり見ている。

427 この辺は自然がゆたかで、星もよく見えます。

1　しせん
2　じぜん
3　しぜん
4　じせん

もじ

18 □□□

428 セーターはハンガーに ＿＿＿＿ 、ネットの上(うえ)で広(ひろ)げて乾(かわ)かしてください。

1　まとめないで
2　つるさないで
3　たたまないで
4　かためないで

ごい

18 □□□

429 ここは桜(さくら)の花(はな)がとても ＿＿＿＿ ことから、桜(さくら)が丘(おか)と呼(よ)ばれるようになった。

1　きれい
2　きれいな
3　きれいだ
4　きれいの

ぶんぽう

18 □□□

もじ

427 **3** この辺は**自然**がゆたかで、星もよく見えます。

This area has a lot of lush greenery and you can see the stars well.
Khu này thiên nhiên phong phú, nhìn thấy được cả sao nữa.

辺 **ヘン**：辺・周辺 vicinity, area / khu vực, khu xung quanh

あた (- り)：辺り surroundings, area / khu

然 **ゼン**：自然・全然 (not) at all / hoàn toàn・当然 of course / đương nhiên

ネン：天然 natural / thiên nhiên

星 **ほし**：星

ごい

428 **2** セーターはハンガーに**つるさないで**、ネットの上で広げて乾かしてください。

Do not put the sweater on a hangar. Please place it on top of the net and let it dry.
Cái áo len này đừng treo lên mắc áo mà hãy trải lên trên lưới phơi!

つるす hang / treo

固める（かためる） harden, become hard / làm cứng

◆ セメントを**固める** cement hardens / làm cứng xi măng

ぶんぽう

429 **2** ここは桜の花がとても**きれいな**ことから、桜が丘と呼ばれるようになった。

Since the cherry blossoms here are very beautiful, this area is called Sakuragaoka.
Bởi vì ở đây hoa anh đào nở rất đẹp nên mọi người gọi là “Đồi Anh đào”.

～ことから because ~ / bởi vì ~ nên

＊由来を表す showing the origin/history / Diễn tả gốc tích, lịch sử hình thành

＊接続に注意！
be careful when connecting to other words / Chú ý đến các dạng đuôi của từ loại đứng trước.

◆ 雪の日に生まれた**ことから**、彼女は雪子という名前になった。

◆ 彼は髪の色が赤い**ことから**、にんじんというニックネームがついた。

430 農家の人から、卵やはたけでとれた野菜をもらった。

1　畑
2　田
3　苗
4　細

19 □□□

もじ

431 彼(かれ)は性格(せいかく)がいいだけでなく、礼儀(れいぎ) ＿＿＿＿ からみんなに好(す)かれている。

1　いい
2　ある
3　ただしい
4　おおい

19 □□□

ごい

432 忘(わす)れ物(もの)をしないように、私(わたし)はいつも前(まえ)の日(ひ)に準備(じゅんび)しておく ＿＿＿＿ 。

1　べきます
2　わけにはいかない
3　ことです
4　ようにしている

19 □□□

ぶんぽう

こたえ

もじ

430 **1** 農家(のうか)の人(ひと)から、卵(たまご)や**畑**(はたけ)でとれた野菜(やさい)をもらった。

I received eggs and vegetables taken from the field from a farmer.
Tôi được một người nông dân cho trứng và rau hái ở ruộng.

農 **ノウ**：農業(のうぎょう) agriculture / nông nghiệp・農家(のうか)・農産物(のうさんぶつ) agricultural produce / nông sản
農薬(のうやく) agricultural chemicals / thuốc trừ sâu, hóa chất nông nghiệp

卵 **たまご**：卵(たまご)・卵焼き(たまごやき) Japanese rolled omelet / rán trứng
目玉焼き(めだまやき) fried egg / trứng ốp la

畑 **はたけ**：畑(はたけ)

ごい

431 **3** 彼(かれ)は性格(せいかく)がいいだけでなく、礼儀(れいぎ)**正しい**(ただしい)からみんなに好(す)かれている。

He not only has a good personality, he is also very well-mannered, so he is liked by everyone.
Anh ấy không chỉ tính cách tốt mà còn lịch sự nên được mọi người quý mến.

礼儀正しい (れいぎただしい)　polite, well-mannered / lịch sự, lễ phép, cư xử đúng mực

＊行儀(ぎょうぎ)がいい

ぶんぽう

432 **4** 忘れ物(わすれもの)をしないように、私(わたし)はいつも前(まえ)の日(ひ)に準備(じゅんび)しておく**ようにしている**。 **OK** 準備(じゅんび)しておくことにしている

I always try to get ready the night before so I will not forget anything.
Tôi luôn cố gắng chuẩn bị các thứ từ ngày hôm trước để không bị quên đồ.

Vるようにしている　always try to V / cố gắng để V

- ◆ 習(なら)ったことはその日(ひ)のうちに復習(ふくしゅう)**するようにしている**。

＊Vないようにしている try not to V / cố gắng để không V

- ◆ 太(ふと)るので、甘(あま)いものは食(た)べないようにしています。

433 この学校の生徒たちは政治について深い関心を持っている。

1　せいち
2　せいじ
3　しょうち
4　しょうじ

20 □□□

もじ

434 ああ、大変(たいへん)！　お風呂(ふろ)が ＿＿＿＿ いるよ。

1　こぼれて
2　あふれて
3　わいて
4　たまって

20 □□□

ごい

435 A「今度(こんど)、プールに行(い)かない？」
B「ごめん、ぼく、＿＿＿＿ 泳(およ)げないんだよ。」

1　まったく
2　けっして
3　めったに
4　ぜったいに

20 □□□

ぶんぽう

もじ

433 **2** この学校の生徒たちは**政治**について深い関心を持っている。

The students at this school are deeply interested in politics.
Các học sinh trường này quan tâm nhiều đến chính trị.

徒	ト：生徒
政	セイ：政府 government / chính phủ・政治
深	シン：深夜 middle of the night / đêm khuya
	ふか（-い）：深い

ごい

434 **2** ああ、大変！　お風呂が**あふれて**いるよ。

Oh no! The bathwater is overflowing.
Ối, trời ơi! Bồn tắm đang tràn đấy!

あふれる	overflow, be full of / tràn, đầy
こぼれる	spill / (bị) đổ
わく	◆ お湯が**わく** water boils / nước sôi
	◆ お風呂が**わく** draw a bath / nước bồn tắm được làm nóng

ぶんぽう

435 **1** A「今度、プールに行かない？」
B「ごめん、僕、**全く**泳げないんだよ。」

A:"Why don't we go to a swimming pool sometime?"　B: "Sorry, but I cannot swim at all."
A: Đợt tới đi bể bơi không?　B: Xin lỗi cậu! Tớ lại không hề biết bơi.

全く～ない	cannot ~ at all / không hề ~ , hoàn toàn không ~
決して～ない	not ~ at all / không bao giờ ~
めったに～ない	do not ~ at all / hiếm khi
絶対に～ない	absolutely do not ~ / tuyệt đối không ~ , nhất định không ~

◆ **絶対に**あきらめ**ない**。

＊絶対に試験に受かりたい。

436 日本語能力試験のN3というのは、日常の会話や読み書きが可能なレベルです。

1　かのう
2　くのう
3　かのん
4　くのん

21 □□□

もじ

437 雨(あめ)にぬれないように、自転車(じてんしゃ)にカバーを ＿＿＿＿ 。

1　かさねた
2　つつんだ
3　ほした
4　かぶせた

21 □□□

ごい

438 A「もう食(た)べないの？」
B「＿＿＿＿、おなかがいっぱいなんだもん。」

1　だって
2　それで
3　ただし
4　つまり

21 □□□

ぶんぽう

436 **1** 日本語能力試験のN3というのは、日常の会話や読み書きが<u>可能</u>なレベルです。

The Japanese Language Proficiency Test level N3 is for those who are able to have daily conversations and write in Japanese.
N3 của Kỳ thi năng lực tiếng Nhật là cấp độ có khả năng hội thoại, đọc viết thông thường được.

もじ

常 ジョウ：日常・正常な normal / bình thường・常識 common sense / thường thức
つね：常に always / thường, vẫn thường

可 カ：可能な・不可 disapproval, failure / không tốt, không được, không đỗ

能 ノウ：能力 ability / năng lực・機能 function / chức năng
性能 performance, efficiency / tính năng

437 **4** 雨に濡れないように、自転車にカバーを<u>かぶせた</u>。

I put a cover on my bike so it would not get wet by the rain.
Tôi phủ tấm bạt cho ô tô để nó không bị ướt mưa.

ごい

かぶせる cover, put on top of / phủ, che, chụp （＝かける）

干す (ほす) hang out to dry / phơi

◆ 洗濯物を**干す** hang laundry out to dry / phơi quần áo

438 **1** A「もう食べないの？」
B「<u>だって</u>、おなかがいっぱいなんだもん。」

A: "Are you not going to eat anymore?" B: "Well, I'm already full."
A: Chưa ăn à? B: Thì bởi bụng vẫn no mà!

ぶんぽう

だって ＊理由を表す ＊「だって～もの / もん」の形になることが多い

それで ＊相手の話を聞き出すときに使う

ただし however / tuy nhiên, có điều là

◆ 年中無休です。<u>ただし</u>一月一日は休業します。

つまり that is to say / tóm lại

439 しつれいですが、年齢や職業も書いていただけませんか。

1　欠礼
2　無礼
3　失礼
4　非礼

22 □□□

もじ

440 子供(こども)は親(おや)の ＿＿＿＿ 育(そだ)ちます。

1　ふりをして
2　まねをして
3　世話(せわ)をして
4　あとについて

22 □□□

ごい

441 今晩(こんばん)、家(いえ)で食(た)べる？ ＿＿＿＿ レストランへ行(い)く？

1　それなら
2　それに
3　それとも
4　そういえば

22 □□□

ぶんぽう

もじ

439 **3** <u>**失礼**</u>(しつれい)ですが、年齢(ねんれい)や職業(しょくぎょう)も書(か)いていただけませんか。

I do not mean to offend you, but may I ask you to write your age and occupation?
Khí không phải, có thể xin chị viết cả tuổi và nghề nghiệp được không ạ?

礼	**レイ**：礼(れい) bow / cúi chào・礼儀(れいぎ) etiquette / phép xã giao, nghi lễ
齢	**レイ**：年齢(ねんれい)
職	**ショク**：職業(しょくぎょう)・就職(しゅうしょく)する get a job / xin được việc

ごい

440 **2** 子供(こども)は親(おや)の<u>**まねをして**</u>育(そだ)ちます。

Children learn and grow by copying their parents.
Con cái bắt chước cha mẹ mà lớn lên.

まね mimic, copy / việc bắt chước

◆ **まね**をする copy, mimic, mime / bắt chước

ふり pretense, (fake) show / dáng vẻ

◆ **ふり**をする pretend to be (something) / giả vờ

世話をする (せわをする) take care of / chăm sóc

＊世話(せわ)になる

ぶんぽう

441 **3** 今晩(こんばん)、家(いえ)で食(た)べる？ <u>**それとも**</u>レストランへ行(い)く？

Shall we eat at home this evening? Or shall we go to a restaurant?
Tối nay ăn ở nhà hay là đi nhà hàng?

それとも (＝あるいは) ＊硬(かた)い表現(ひょうげん) stiff expression / cách diễn đạt trang trọng

それなら (＝それでは／それじゃ)

それに (＝そのうえ／しかも)

そういえば that reminds me / nếu nói vậy thì, nói thế làm tôi nhớ ra rằng

442 この電車は<u>快速</u>です。次の駅で各駅停車に乗り換えましょう。

1　けいそく
2　こうそく
3　けっそく
4　かいそく

23 □□□

もじ

443 A「パトカーが止(と)まっていますが、あの店(みせ)で何(なに)かあったんですか。」
B「客(きゃく)が店(みせ)で ＿＿＿＿ らしいですよ。」

1　よっぱらった
2　もりあがった
3　あふれている
4　あばれている

23 □□□

ごい

444 田中(たなか)さんは、＿＿＿＿ 旅館(りょかん)のような大(おお)きい家(いえ)に住(す)んでいます。

1　たとえ
2　必(かなら)ず
3　まるで
4　もしかすると

23 □□□

ぶんぽう

もじ

442 **4** この電車(でんしゃ)は**快速(かいそく)**です。次(つぎ)の駅(えき)で各駅停車(かくえきていしゃ)に乗(の)り換(か)えましょう。

This is a rapid-service train. Let's transfer to a local train at the next stop.
Tàu điện này là tàu nhanh. Đến ga tiếp theo, chúng ta cùng chuyển sang tàu chậm nhé!

快　**カイ**：快適(かいてき)な comfortable / tiện lợi, thoải mái
快速電車(かいそくでんしゃ) rapid-service train / tàu điện nhanh

停　**テイ**：停車(ていしゃ)する・停止(ていし)する stop / ngừng, dừng
停電(ていでん) power failure, blackout / mất điện, cúp điện
停留所(ていりゅうじょ) (bus) stop / điểm dừng xe buýt

換　**カン**：交換(こうかん)する exchange / trao đổi, thay・換気(かんき)する ventilate / thông hơi, thông gió
か (-える)：乗(の)り換(か)える

ごい

443 **4** A「パトカーが止(と)まっていますが、あの店(みせ)で何(なに)かあったんですか。」
B「客(きゃく)が店(みせ)で**あばれている**らしいですよ。」

A: "There is a patrol car parked here. Did something happen at that store?"
B: "A customer got a little violent."
A: Có xe cảnh sát đỗ. Ở cửa hàng kia có chuyện gì xảy ra đấy?
B: Hình như đang có khách làm loạn ở cửa hàng hay sao đấy.

あばれる behave violently / làm loạn, phá phách

酔っ払う (よっぱらう) be drunk / say rượu

＊酔(よ)っ払(ぱら)い

盛り上がる (もりあがる) get excited / đầy ụ, cao trào, dâng cao

ぶんぽう

444 **3** 田中(たなか)さんは、**まるで**旅館(りょかん)のような大(おお)きい家(いえ)に住(す)んでいます。

Mr. Tanaka lives in a house almost as big as a ryokan.
Anh Tanaka đang ở trong một ngôi nhà to hệt như một khách sạn Ryokan.

まるで～よう just as if ~ / hệt như ~ , chẳng khác gì ~

たとえ～ても even if it is ~ / cho dù ~ cũng vẫn

◆ **たとえ**雨(あめ)**でも**行(い)きます。

もしかすると～かもしれない it may be that ~ / chẳng biết chừng có thể là ~

◆ 彼(かれ)の話(はなし)は**もしかすると**うそ**かもしれない**。

445 かいさつぐちの近くに精算機があって、IC カードにお金の追加ができます。

1　改札口
2　改礼口
3　政札口
4　政礼口

24 □□□

もじ

446 ＿＿＿＿ チーズに野菜（やさい）をつけて食べてください。

1　といた
2　とかした
3　くずした
4　くずれた

24 □□□

ごい

447 雨（あめ）がひどくなってきた。＿＿＿＿、雷（かみなり）も鳴（な）り始（はじ）めている。

1　そのため
2　そのうえ
3　それなのに
4　それでも

24 □□□

ぶんぽう

こたえ

445 **1** <u>改札口</u>(かいさつぐち)の近(ちか)くに精算機(せいさんき)があって、IC カードにお金(かね)の追加(ついか)ができます。

There is a fare adjustment machine near the ticket gate, so you can add money to your IC card.
Ở gần cửa soát vé có máy tính tiền vé, bạn có thể nạp thêm tiền vào thẻ IC.

もじ

[改] **カイ**：改札口(かいさつぐち)

あらた（-める）：改(あらた)める change, check / sửa lại, cải tiến

改(あらた)めて some other time / dịp khác, lại một lần nữa

[精] **セイ**：精算(せいさん)する・精神(せいしん) spirit, mind / tinh thần

[追] **ツイ**：追加(ついか)する・追求(ついきゅう) cross-examination / theo đuổi, tìm kiếm

お（-う）：追(お)う pursue / đuổi theo・追(お)いつく catch up / đuổi kịp

追(お)い越(こ)す overtake / vượt・追(お)いかける run after, chase / đuổi theo, săn đuổi

446 **2** <u>溶(と)かした</u>チーズに野菜(やさい)をつけて食(た)べてください。

Please dip the vegetables in melted cheese and enjoy.
Hãy chấm rau với pho mai nóng chảy để ăn!

ごい

[溶かす]（とかす） melt / làm tan, làm tan chảy, làm nóng chảy

＊溶(と)ける　◆チーズが熱(ねつ)で溶(と)ける

＊溶(と)く　◆卵(たまご)を溶(と)く

[崩れる]（くずれる） fall apart, crumble, collapse / bị đổ, bị phá, xộc xệch, (thời tiết) xấu đi

447 **2** 雨(あめ)がひどくなってきた。<u>**その上**</u>(うえ)、雷(かみなり)も鳴(な)り始(はじ)めている。

It is starting to rain harder and the thunder is roaring now.
Mưa to lên. Hơn nữa, sấm bắt đầu rền.

ぶんぽう

その上	（＝それに／しかも）
そのため	（＝だから／それで／その結果(けっか)）
それなのに	（＝けれど（も））
それでも	（＝それにもかかわらず）

448 あれは消防署で、その向こうが警察署です。

1　けいさい
2　かいさつ
3　けいさつ
4　かいさい

25 □□□

もじ

449 A「またこわしたの？」
B「ごめんなさい。でも、＿＿＿＿ じゃないよ。」

1　わざと
2　わざわざ
3　わりと
4　わりに

25 □□□

ごい

450 係員(かかりいん)の指示(しじ)通(どお)りに並(なら)んで待(ま)った。＿＿＿＿、チケット販売(はんばい)は突然(とつぜん)中止(ちゅうし)された。

1　ところが
2　ところに
3　ところで
4　ところを

25 □□□

ぶんぽう

もじ

448 **3** あれは消防署(しょうぼうしょ)で、その向(む)こうが**警察**署(けいさつしょ)です。

That is the fire station, and the police station is over there.
Đấy là trạm phòng cháy chữa cháy, đối diện với nó là trụ sở cảnh sát.

警 ケイ：警備(けいび)する defend, guard / bảo vệ・警告(けいこく)する warn / cảnh cáo, cảnh báo
察 サツ：警察(けいさつ)・観察(かんさつ)する observe / quan sát
署 ショ：署名(しょめい) signature / ký, chữ ký・消防署(しょうぼうしょ)・警察署(けいさつしょ)
税務署(ぜいむしょ) tax office / phòng thuế

ごい

449 **1** A「また壊(こわ)したの？」
B「ごめんなさい。でも、**わざと**じゃないよ。」

A: “Did you break it again?” B: “I am sorry. But it was not on purpose.”
A: Lại làm hỏng à? B: Con xin lỗi! Nhưng con không cố tình đâu ạ!

わざと purposely / cố tình, cố ý
わざわざ go through the trouble of doing something / có nhã ý, cất công
◆ **わざわざ**持(も)ってきてくださって、ありがとうございます。
◆ **わざわざ**持(も)ってこなくても、送(おく)ってくれればいいですよ。

ぶんぽう

450 **1** 係員(かかりいん)の指示通(しじどお)りに並(なら)んで待(ま)った。**ところが**、チケット販売(はんばい)は突然(とつぜん)中止(ちゅうし)された。

I lined up and waited as the official instructed. But then, ticket sales were suddenly canceled.
Tôi xếp hàng đứng đợi đúng theo chỉ dẫn của người phụ trách. Vậy mà, việc bán vé bỗng dưng bị ngừng lại.

ところが （＝しかし） ＊予想(よそう)と反対(はんたい)に contrary to expectations / trái với dự đoán
◆ 約束(やくそく)の場所(ばしょ)に行(い)った。**ところが**、相手(あいて)は来(こ)なかった。

ですから （＝だから） ＊丁寧(ていねい) polite / lịch sự
◆ 買(か)う気(き)はありません。**ですから**、お帰(かえ)りください。

451 いろいろなサインがありますね。「禁煙」「駐車禁止」「両替」…。

もじ

1　きんえん
2　きんねん
3　きえん
4　きねん

26 □□□

452 3年(ねん)ほどタイで生活(せいかつ)をしましたが、なかなか ＿＿＿＿＿ 経験(けいけん)でした。

ごい

1　えられない
2　手(て)に入(はい)らない
3　すごせない
4　なれない

26 □□□

453 りんごをください。それと、みかんも。＿＿＿＿、バナナも。

ぶんぽう

1　もう
2　さらに
3　それで
4　あと

26 □□□

もじ

451 **1** いろいろなサインがありますね。「**禁煙**(きんえん)」「駐車禁止(ちゅうしゃきんし)」「両替(りょうがえ)」…。

There are a lot of signs. “No smoking”, “No parking”, “Money exchange”
Có nhiều biển báo ký hiệu nhỉ! “Cấm hút thuốc”, “Cấm đỗ xe”, “Đổi tiền”...

煙 **エン**：禁煙(きんえん)・煙突(えんとつ) chimney / ống khói
けむり：煙(けむり) smoke / khói
けむ（-る/-い）：煙(けむ)る be smoky, look dim / bốc khói・煙(けむ)い smoky / khói nghi ngút

駐 **チュウ**：駐車(ちゅうしゃ)する

替 **タイ**：交替(こうたい)する take turns / thay phiên ＊為替(かわせ)
か（-える）：取(と)り替(か)える exchange, swap / thay
着替(きが)える change (one’s) clothes / thay đồ, thay quần áo・両替(りょうがえ)

ごい

452 **1** 3年(ねん)ほどタイで生活(せいかつ)をしましたが、なかなか**得(え)られない**経験(けいけん)でした。

I lived in Thailand for three years, and it was really a valuable experience.
Tôi đã sống ở Thái Lan gần 3 năm, đó là một trải nghiệm hiếm mà có được.

得る	（える）	gain / giành được, có được
手に入る	（てにはいる）	obtain / có trong tay, lấy được ＊手(て)に入(い)れる
過ごす	（すごす）	spend (time) / qua, sống qua, trải qua
慣れる	（なれる）	become used to / quen

ぶんぽう

453 **4** りんごをください。それと、みかんも。**あと**、バナナも。

Please give me an apple. Also, a mikan. And a banana, too.
Bán cho tôi táo. Rồi quýt nữa. Ngoài ra, chuối nữa.

それと （＝それから）

◆ カラオケはちょっと…。歌(うた)が下手(へた)だし…、**それと**お金(かね)もないし…。

あと （＝そのほかに）

◆ 掃除(そうじ)はしたし、洗濯(せんたく)もしたし、**あと**何(なに)をしたらいいかな。

454 海岸のゴミ<u>拾い</u>を一緒にしませんか。

1　すくい
2　ひろい
3　せまい
4　おおい

もじ

27 □□□

455 彼(かれ)のアドバイスのおかげで、悩(なや)みが ＿＿＿＿ 解決(かいけつ)した。

1　そっくり
2　ふと
3　ものすごく
4　いっぺんに

ごい

27 □□□

456 美人(びじん)が必(かなら)ずしも幸(しあわ)せになれる ＿＿＿＿ 。

1　に限(かぎ)る
2　限(かぎ)りだ
3　とは限(かぎ)らない
4　には限(かぎ)りがある

ぶんぽう

27 □□□

こたえ

もじ

454 **2** 海岸(かいがん)のゴミ**拾(ひろ)い**を一緒(いっしょ)にしませんか。

Would you like to come pick up trash with me along the coast?
Bạn có cùng chúng tôi nhặt rác trên bờ biển không?

- 岸 **ガン**：海岸(かいがん)
- 拾 **ひろ**（-う）：拾(ひろ)う ⇔ 捨(す)てる
- 緒 **ショ**：一緒(いっしょ)に

ごい

455 **4** 彼(かれ)のアドバイスのおかげで、悩(なや)みが**いっぺんに**解決(かいけつ)した。

Thanks to his advice, I was able to do away with all of my worries at once.
Nhờ có lời khuyên của anh ấy, những trăn trở của tôi đã được giải tỏa trong một lúc.

- **いっぺんに**　all at once / một lúc, luôn một lúc　（＝一度(いちど)に）
- **ふと**　suddenly, by chance / đột nhiên, vô tình
  - ◆ **ふと**立(た)ち止(ど)まる
- **そっくり**　look just like / giống hệt, giống như đúc
  - ◆ 兄(あに)は父(ちち)と**そっくり**だ。
- **ものすごく**　very, a great deal / rất chi là
  - ＊「すごく」の強調(きょうちょう) more emphatic than "すごく" / nhấn mạnh của từ すごく

ぶんぽう

456 **3** 美人(びじん)が必(かなら)ずしも幸(しあわ)せになれる**とは限(かぎ)らない**。

Just because someone is attractive does not mean they will be happy.
Không hẳn là cứ người đẹp thì sẽ hạnh phúc.

必ずしも～とは限らない　～ is not always/necessarily the case / Không hẳn là cứ ～

- ◆ 独身(どくしん)の人(ひと)が**必(かなら)ずしも**さびしい**とは限(かぎ)らない**。
- ◆ 優秀(ゆうしゅう)な大学(だいがく)を出(で)ている人(ひと)が**必(かなら)ずしも**仕事(しごと)ができる**とは限(かぎ)らない**。

457 カレーのルーには甘いのと辛いのがあります。
うちでは両方を混ぜて使います。

1　まぜて
2　なぜて
3　のぜて
4　もぜて

28 □□□

458 彼(かれ)は上司(じょうし)にどんなにひどいことを言(い)われても、
______がまんをした。

1　じっと
2　そっと
3　ざっと
4　きっと

28 □□□

459 新聞(しんぶん)やテレビの言(い)うことなど、______信(しん)じられない。

1　少(すこ)しは
2　少(すこ)しも
3　少(すこ)しでも
4　少(すこ)しぐらい

28 □□□

457 1 カレーのルーには甘(あま)いのと辛(から)いのがあります。うちでは両方(りょうほう)を**混(ま)ぜて**使(つか)います。

There are sweet or spicy curry sauces. At our home, we mix them both together and use them.
Roux cà ri có loại ngọt và loại cay. Ở nhà tôi thường trộn cả hai khi dùng.

[混] **コン**：混雑(こんざつ)する be crowded / đông đúc, hỗn độn

ま (-じる /-ざる /-ぜる)：混(ま)じる be mixed (with), mingle with / bị lẫn, xen lẫn

混(ま)ざる be mixed / bị trộn・混(ま)ぜる

[甘] **あま** (-い)：甘(あま)い

[辛] **から** (-い)：辛(から)い

458 1 彼(かれ)は上司(じょうし)にどんなにひどいことを言(い)われても、**じっと**がまんをした。

No matter how terrible the things his superior sald to him are, he paitiently endured it.
Anh ấy dù có bị sếp mắng thậm tệ đến đâu cũng nén nhịn.

[じっと] ◆ **じっと**がまんする quietly bear something / nén nhịn, nín nhịn

◆ **じっと**見(み)る stare at / nhìn chằm chằm

[ざっと] roughly, approximately / qua loa, đại khái

◆ **ざっと**掃除(そうじ)する

[きっと] surely / nhất định

◆ **きっと**合格(ごうかく)するよ。

459 2 新聞(しんぶん)やテレビの言(い)うことなど、**少(すこ)しも**信(しん)じられない。

I cannot believe what the TV or newspapers say at all.
Những chuyện báo chí, ti vi nói ư? Tôi không tin một chút nào!

[少しも～ない] (＝全然(ぜんぜん)～ない) ＊強調(きょうちょう) emphasis / nhấn mạnh

◆ 人(ひと)が何(なん)と言(い)おうと、**少(すこ)しも**気(き)にならない。

◆ 親(おや)の気持(きも)ちを娘(むすめ)は**少(すこ)しも**理解(りかい)してい**ない**。

460 国がこいしい。

1　久しい
2　愛しい
3　等しい
4　恋しい

29 □□□

461 日本語(にほんご)の学習者(がくしゅうしゃ)が増(ふ)えている。これから日本語能(にほんごのう)力試験(りょくしけん)の受験者(じゅけんしゃ)も ＿＿＿＿ 増(ふ)えるだろう。

1　そろそろ
2　ますます
3　まあまあ
4　のろのろ

29 □□□

462 たとえ家(いえ)を ＿＿＿＿、健康(けんこう)なら生(い)きていける。

1　なくしても
2　なくしては
3　なくしたら
4　なくしながら

29 □□□

もじ

460 **4** 国(くに)が**恋(こい)しい**。

I miss my home (country). / Tôi nhớ quê hương đất nước.

恋 レン：失恋(しつれん)する be disappointed in love / thất tình

こい：恋(こい) love / tình yêu・恋人(こいびと) lover (boy/girlfriend) / người yêu

こい（-しい）：恋(こい)しい

愛 アイ：愛(あい) love / tình yêu・愛(あい)する love / yêu

愛情(あいじょう) love, affection / tình yêu, tình thương, tình cảm

等 トウ：1等(とう)、2等(とう)… first prize, second prize / giải nhất, giải nhì

等分(とうぶん)する divide equally / chia đều・平等(びょうどう)な equal / bình đẳng

ひと（-しい）：等(ひと)しい equal / bằng, bằng nhau

ごい

461 **2** 日本語(にほんご)の学習者(がくしゅうしゃ)が増(ふ)えている。これから日本語能力試験(にほんごのうりょくしけん)の受験者(じゅけんしゃ)も**ますます**増(ふ)えるだろう。

The number of Japanese language learners is increasing. In the future, the number of people taking the Japanese Language Profiiency Test will also likely increase more and more.
Số lượng người học tiếng Nhật đang tăng lên. Từ nay trở đi, số người dự thi Kỳ thi năng lực tiếng Nhật cũng sẽ ngày càng tăng.

ますます more and more / ngày càng

まあまあ so-so, somewhat / bình thường

◆ A「試験(しけん)、どうだった？」

B「**まあまあ**よかった。」

ぶんぽう

462 **1** たとえ家(いえ)を**なくしても**、健康(けんこう)なら生(い)きていける。

Even if you lose a home, if you are in good health, you can get by.
Cho dù bị mất nhà mất cửa nếu khỏe mạnh thì vẫn sống được.

たとえ～ても （＝（そんなことはないかもしれないが）もし～ても）

◆ **たとえ**大金(たいきん)をくれるといわれ**ても**、悪(わる)いことはしたくない。

◆ **たとえ**彼(かれ)がどろぼうだったとし**ても**、愛情(あいじょう)は変(か)わらないだろう。

463 家族を空港に迎えに行きますので、早退させていただけませんか。

1　むかえ
2　うかえ
3　ぬかえ
4　もかえ

30 □□□

もじ

464 ＿＿＿＿ 言(い)うと、私(わたし)はあんまり英語(えいご)ができません。

1　すなおに
2　まじめに
3　てきとうに
4　しょうじきに

30 □□□

ごい

465 ＿＿＿＿ ほめない人(ひと)にほめられるとうれしい。

1　めったに
2　たまに
3　けっして
4　かなりに

30 □□□

ぶんぽう

こたえ

463 **1** 家族を空港に**迎え**に行きますので、早退させて頂けませんか。

I want to pick up my family at the airport, so may I be allowed to leave early?
Tôi lên sân bay đón gia đình nên tôi xin phép được về sớm có được không ạ?

もじ

迎 **ゲイ**：歓迎する welcome / hoan nghênh, chào đón
むか (-える)：迎える

退 **タイ**：退学する leave school / ra trường・辞退する decline / từ chối

頂 **チョウ**：頂上 summit, top / đỉnh, thượng đỉnh
いただ (-く)：頂く (humbly) receive / nhận

464 **4** **正直に**言うと、私はあんまり英語ができません。

Honestly speaking, I cannot really speak English.
Nói thật là tôi không biết tiếng Anh mấy.

ごい

正直な（しょうじきな） straightforward / thật, thật thà, thật lòng

素直な（すなおな） docile, amenable / chân thật, chân chất

適当な（てきとうな） appropriate, suitable, just enough / phù hợp, thỏa đáng

真面目な（まじめな） serious, earnest / nghiêm túc, đứng đắn, tử tế

465 **1** **めったに**ほめない人にほめられるとうれしい。

Being praised by people who do not praise people often makes me happy.
Được người hiếm khi khen ai khen ngợi nên rất mừng.

ぶんぽう

めったに～ない hardly ever ～ / hiếm khi, ít khi

- うちは**めったに**家族で旅行をし**ない**。
- 父は**めったに**怒ら**ない**。

466 本を3<u>さつ</u>読みました。→379

1　冊　　　2　枚

1 □□□

467 今夜、おもしろいテレビ<u>ばんぐみ</u>がある。→382

1　晩組　　　2　番組

2 □□□

もじ

468 1万円札、＿＿＿＿くれませんか。→389

1　くずれて　　　2　くずして

1 □□□

469 A「あれ、いつものゲーム、していないの？」
B「やりすぎて、もう＿＿＿＿よ。」→407

1　あきちゃった　　　2　あきれちゃった

2 □□□

ごい

470 じゅうぶん間に合うから、あわてる＿＿＿＿。→420

1　ことだ　　　2　ことはない

1 □□□

471 漢字は勉強すればする＿＿＿＿おもしろい。→387

1　ほど　　　2　くらい

2 □□□

ぶんぽう

もんだい

もじ

472 泳ぐ前と後にシャワーを<u>あびる</u>。→ 388

1　涼びる　　　2　浴びる

3 □□□

473 <u>そうじ</u>と洗濯が終わったら買い物に行く。→ 397

1　掃除　　　2　婦除

4 □□□

ごい

474 ＿＿＿＿ いない犬が多くて困る。→ 410

1　そだてられて　　　2　しつけられて

3 □□□

475 おとなしくしていて、＿＿＿＿ 子供だね。→ 431

1　行儀(ぎょうぎ)のいい　　　2　行儀(ぎょうぎ)正しい

4 □□□

ぶんぽう

476 昨日、騒(さわ)いで声を出しすぎた ＿＿＿＿ 、のどが痛い。

→ 387

1　くせに　　　2　せいか

3 □□□

477 ここまできたら ＿＿＿＿ から、とにかくやってみよう。

→ 390

1　やるしかない　　　2　やってもしかたない

4 □□□

前のページの答え　466 1　467 2　468 2　469 1　470 2　471 1

もじ

478 危険ですから、入ってはいけません。→397

1　きけん　　2　きげん

5□□□

479 歯医者を予約する。→409

1　よやく　　2　ようやく

6□□□

ごい

480 長い間使っていた掃除機だったが、＿＿＿＿ 壊(こわ)れてしまった。→419

1　やっと　　2　とうとう

5□□□

481 A「今日、遅刻(ちこく)したんじゃない？」→386
B「＿＿＿＿ だったけれど、間に合ったよ。」

1　ぎりぎり　　2　どきどき

6□□□

ぶんぽう

482 田中さんから電話があったのは、私が夕飯を ＿＿＿＿ ときだった。→384

1　食べようとする　　2　食べかけた

5□□□

483 この小説は短いので、一日で ＿＿＿＿ でしょう。→384

1　読みきれる　　2　読みっきり

6□□□

もじ

484 むすこを育てる。→ 388

1　息子　　2　島子

7 □□□

485 最後に塩を加えます。→ 391

1　くわえます　　2　こわえます

8 □□□

ごい

486 いくらかせいでも、お金は ＿＿＿＿ 。→ 395

1　つもらない　　2　たまらない

7 □□□

487 テレビが見えないから、そこ、＿＿＿＿ よ。→ 389

1　ゆずって　　2　どいて

8 □□□

ぶんぽう

488 どこへ行っていたの？どんなにさがした ＿＿＿＿ 。→ 411

1　ことか　　2　ことだ

7 □□□

489 さっきは電話に出られなくてごめんなさい。ちょっと手が離(はな)せなかった ＿＿＿＿ 。→ 426

1　んだもん　　2　ものだから

8 □□□

前のページの答え　478 1　479 1　480 2　481 1　482 2　483 1

もじ

490 数を<u>数えます</u>。→ 391

1　かずえます　　　2　かぞえます

9 □□□

491 国によって<u>しゅうかん</u>が違う。→ 394

1　習慣　　　2　週刊

10 □□□

ごい

492 外にまでお客さんが ＿＿＿＿ けれど、特別なセールなのかな。→ 434

1　あふれている　　　2　もりあがっている

9 □□□

493 間違いは ＿＿＿＿ 認（みと）めたほうがいいよ。→ 464

1　素直（すなお）に　　　2　真面目（まじめ）に

10 □□□

ぶんぽう

494 あの人から返信（へんしん）がないなんて、＿＿＿＿ 、メールを読んでいないのかもしれない。→ 444

1　もしかすると　　　2　かならずしも

9 □□□

495 彼は動物にくわしくて、＿＿＿＿ 学者のようだ。→ 444

1　わりに　　　2　まるで

10 □□□

もじ

496 彼は<u>正直</u>な人だ。→ 415

1　しょうじき　　　　2　そっちょく

11 □□□

497 <u>毛布</u>を洗う。→ 421

1　もうふ　　　　2　まおふ

12 □□□

ごい

498 ＿＿＿＿ 車で迎えに来てくださりありがとうございます。→ 449

1　わざと　　　　2　わざわざ

11 □□□

499 さっきから、あの人に ＿＿＿＿ 見られていて嫌(いや)だ。→ 458

1　じっと　　　　2　ざっと

12 □□□

ぶんぽう

500 しめきりに間に合う ＿＿＿＿ 必死でレポートを書き上げた。→ 414

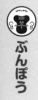

1　ために　　　　2　ように

11 □□□

前のページの答え　490 2　491 1　492 1　493 1　494 1　495 2

資料（しりょう）

Materials / Tài liệu

漢字（かんじ）リスト

Kanji List
Danh mục chữ Hán

品詞別語彙（ひんしべつごい）リスト

Vocabulary List Arranged by Parts of Speech
Danh mục từ vựng theo từ loại

文型（ぶんけい）・文法項目（ぶんぽうこうもく）リスト

Sentence Patterns, Grammar List
Danh mục mẫu câu - ngữ pháp

前のページの答え　496 1　497 1　498 2　499 1　500 2

漢字リスト

Kanji List / Danh mục chữ Hán

◆「こたえ」の ページの□で紹介している漢字を総画数ごとに示しています。

This shows the *kanji* introduced in the answer □ arranged by the number of strokes.
Chữ Hán được giới thiệu ở □ của trang “Đáp án” được trình bày theo số nét.

◆ 数字は問題番号です。

These numbers are the number of the each question.
Các số là số thứ tự bài tập.

品詞別語彙リスト

Vocabulary List Arranged by Parts of Speech
Danh mục từ vựng sắp xếp theo từ loại

◆「こたえ」のページで紹介している語彙を品詞ごとに示しています。
This shows the vocabulary shown in the answers.
Từ vựng giới thiệu trong trang “Đáp án” được trình bày theo từ loại.

◆ 数字は問題番号です。
These numbers are the number of each question.
Các số là số thứ tự bài tập.

動詞

Verb / Động từ

あいさつする	14
あきらめる	74
あきる	74, 407
あきれる	74, 407
空く	26
預かる	398
預ける	193
与える	398
集める	267
あばれる	443
あふれる	434
甘やかす	410
余る	26
謝る	14
言い合う	169
いためる	324
嫌がる	294, 407
受け入れる	258
受け付ける	258
受け取る	258
受け持つ	258
うそをつく	8
写す	8
移す	8
埋める	267
得る	452
遠慮する	65
怒る	14
おごる	327
おじゃまする	29
おそう	154
教わる	154
落ち着く	38
思いつく	38
解決する	175
重ねる	211
かせぐ	327
片付ける	59
固める	428
語り合う	169
かぶせる	437
枯れる	279
かわいがる	410
乾かす	413
気がある	330
気がする	261
刻む	324
気に入る	181
気にかける	181
気にする	181
気になる	181
嫌う	294
くずす	389
崩れる	446
くせになる	306
くっつける	53
工夫する	175
くり返す	306
苦しむ	139
謙そんする	65
凍る	202
こする	336
断る	294
こぼれる	434
転ぶ	44
冷める	202
しつける	410
失礼する	65
しぼる	392

イ形容詞(けいようし)

I-adjective / Tính từ đuôi -i

ナ形容詞(けいようし)

Na-adjective / Tính từ đuôi -na

副詞(ふくし)

Adverb / Phó từ

名詞

Noun / Danh từ

会話表現など

Conversational and other types of expressions
Cách nói hội thoại, v.v...

文型・文法項目リスト

Sentence Patterns, Grammar List

Danh mục mẫu câu / nội dung ngữ pháp

- 「こたえ」のページで紹介している文型や文法項目をあいうえお順に示しています。

  These sentence patterns and itemized grammar points shown in the answers are in Japanese A-I-U-E O order.

  Các mẫu câu, nội dung ngữ pháp giới thiệu ở trang "Đáp án" được trình bày theo thứ tự ký tự của bảng chữ cái Hiragana.

- 数字は問題番号です。

  These numbers are the number for each question.

  Các số là số thứ tự bài tập.

あ

か

さ

た

ぶんぽう

な

は

文字・語い・文法まとめドリル
新にほんご500問 N3

2015年　5月30日　初版　第1刷発行
2019年　9月　5日　初版　第7刷発行

著　者	松本紀子・佐々木仁子
翻訳・翻訳校正	Red Wind（英語） LÊ LỆ THỦY（ベトナム語）
イラスト	花色木綿
カバーデザイン	岡崎裕樹（アスク出版）
本文デザイン・DTP	清水裕久（Pesco Paint）
発行人	天谷修身
発行所	株式会社アスク出版 〒162-8558 東京都新宿区下宮比町 2-6 電話 03-3267-6864 https://www.ask-books.com/
印刷所	株式会社光邦

ISBN978-4-87217-941-5